திருவாசகம்

மாணிக்க வாசகர்

SASA PUBLISHING (OPC) PRIVATE LIMITED

ANDHRA PRADESH

திருவாசகம் / Thiruvasagam

மாணிக்கவாசகர் / Manickavasagar

REPUBLISHED IN 2026

PUBLISHED BY

SASA PUBLISHING (OPC) PRIVATE LIMITED

8-1, NEELITHOTTI KANDRIGA

SATYAVEDU – 517588, CHITOOR DISTRICT

ANDHRAPRADESH

Tel : 9441595078

sasapublishing@outlook.com

ISBN : 978-93-48584-43-4

பொருளடக்கம்

ஆசிரியர் வாழ்க்கை வரலாறு

மாணிக்கவாசகர் அவர்கள் தமிழ் சைவ சமயத்தின் மிகப் புகழ்பெற்ற நாயன்மார்களில் ஒருவராகப் போற்றப்படுகிறார். அவர் வாழ்ந்த காலம் பொதுவாக கி.பி. 9ஆம் நூற்றாண்டு என அறிஞர்கள் கருதுகின்றனர். அவரது இயற்பெயர் பற்றிய தெளிவான ஆதாரங்கள் இல்லாவிட்டாலும், “மாணிக்கவாசகர்” என்ற பெயர் அவர் கூறிய வாக்குகள் மாணிக்கம் போல மதிப்புமிக்கவை என்பதைக் குறிக்கிறது.

மாணிக்கவாசகர் பாண்டிய நாட்டில் பிறந்தவர். அவர் முதலில் அரசரின் அமைச்சராகப் பணியாற்றினார். அரசின் பணிக்காக குதிரைகள் வாங்கச் சென்றபோது, திருப்பெருந்துறை என்னும் புனிதத் தலத்தில் சிவபெருமானின் அருளால் ஆன்மிக விழிப்புணர்வு பெற்றார். அந்த அனுபவம் அவரது வாழ்க்கையை முற்றிலும் மாற்றியது. உலக வாழ்வையும் பதவியையும் துறந்து, இறைவனின் சேவையில் முழுமையாக ஈடுபட்டார்.

அவரது இறைபக்தியும் ஆன்மிக அனுபவங்களும் “திருவாசகம்” மற்றும் “திருக்கோவையார்” ஆகிய நூல்களாக வெளிப்பட்டன. இந்நூல்கள் தமிழ்ச் சைவ

இலக்கியத்தின் உச்சநிலையாகக் கருதப்படுகின்றன. அவருடைய பாடல்கள் இறைவனை நோக்கிய ஆழ்ந்த அன்பையும், சரணாகதியையும், மனித வாழ்வின் நிலையற்ற தன்மையையும் மிக அழகாக வெளிப்படுத்துகின்றன.

மாணிக்கவாசகர் இறுதியில் சிதம்பரம் நடராஜர் கோவில் தலத்தில் சிவபெருமானுடன் ஐக்கியம் அடைந்தார் என்று சைவ மரபில் நம்பப்படுகிறது.

அவரது வாழ்க்கையும், படைப்புகளும் இன்றளவும் கோடிக்கணக்கான பக்தர்களுக்கு ஆன்மிக வழிகாட்டியாக இருந்து வருகின்றன. "திருவாசகத்துக்கு உருகாதார், ஒரு வாசகத்திற்கும் உருகார்" என்ற புகழ்பெற்ற கூற்று, அவருடைய படைப்புகளின் ஆன்மிக ஆழத்தையும் தாக்கத்தையும் வெளிப்படுத்துகிறது.

முன்னுரை

திருவாசகம் என்பது தமிழ்ச் சைவ சமய இலக்கியங்களில் மிக உயர்ந்த இடத்தைப் பெற்ற புனித நூலாகும். இதனை அருளிச் செய்தவர் மாணிக்கவாசகர். அவரது இறைபக்தியும் ஆன்மிக அனுபவமும் இந்த நூலில் ஒவ்வொரு பாடலிலும் வெளிப்படுகிறது.

“திருவாசகம் எனும் தெய்வீக ஒலி, மனதை உருகச் செய்யும்” என்று தமிழர் மரபில் கூறப்படுகிறது. இறைவனை அடையும் பாதையில் மனிதன் சந்திக்கும் துயரங்கள், சந்தேகங்கள், ஆனந்தம், சரணாகதி ஆகிய அனைத்தும் இந்த நூலில் ஆழமாக வெளிப்படுகின்றன.

இந்த நூல் வெறும் பக்திப் பாடல்களின் தொகுப்பாக மட்டும் அல்ல; அது ஒரு மனிதனின் உள்ளார்ந்த ஆன்மிகப் பயணத்தின் சாட்சி. உலக வாழ்வின் நிலையற்ற தன்மையை உணர்த்தி, இறைவனின் அருளில் முழுமையாக சரணாகதி அடைய வழிகாட்டுகிறது.

இந்த பதிப்பு வாசகர்களுக்கு எளிதில் புரியும் வகையில் அழகாக வடிவமைக்கப்பட்டுள்ளது. தமிழின் இனிமையையும், சைவ சமயத்தின் ஆழத்தையும் உணரச் செய்வதே இதன் நோக்கம்.

"திருவாசகத்துக்கு உருகாதார், ஒரு வாசகத்திற்கும் உருகார்" என்ற பழமொழி போல, இந்த நூல் ஒவ்வொரு வாசகரின் மனதையும் தொடும் என்பதில் எங்களுக்கு முழு நம்பிக்கை உள்ளது.

1. சிவபுராணம்

(திருப்பெருந்துறையில் அருளியது
தற்சிறப்புப் பாயிரம்)

நமச்சிவாய வாஅழ்க நாதன் தாள் வாழ்க
இமைப்பொழுதும் என் நெஞ்சில் நீங்காதான் தாள் வாழ்க
கோகழி ஆண்ட குருமணிதன் தாள் வாழ்க
ஆகமம் ஆகிநின்று அண்ணிப்பான் தாள் வாழ்க
ஏகன் அநேகன் இறைவன் அடிவாழ்க

வேகம் கெடுத்தாண்ட வேந்தன் அடிவெல்க
பிறப்பறுக்கும் பிஞ்ஞகன்தன் பெய்கழல்கள் வெல்க
புறந்தார்க்குச் சேயோன் தன் பூங்கழல்கள் வெல்க
கரங்குவிவார் உள்மகிழும் கோன்கழல்கள் வெல்க
சிரம்குவிவார் ஓங்குவிக்கும் சீரோன் கழல் வெல்க

ஈசன் அடிபோற்றி எந்தை அடிபோற்றி
தேசன் அடிபோற்றி சிவன் சேவடி போற்றி
நேயத்தே நின்ற நிமலன் அடி போற்றி
மாயப் பிறப்பு அறுக்கும் மன்னன் அடி

போற்றி
சீரார் பெருந்துறை நம் தேவன் அடி போற்றி
ஆராத இன்பம் அருளும் மலை போற்றி

சிவன் அவன் என்சிந்தையுள் நின்ற அதனால்
அவன் அருளாலே அவன் தாள் வணங்கிச்
சிந்தை மகிழச் சிவ புராணம் தன்னை
முந்தை வினைமுழுதும் ஓய உரைப்பன் யான்.

கண் நுதலான் தன்கருணைக் கண்காட்ட
வந்து எய்தி
எண்ணுதற்கு எட்டா எழில் ஆர்கழல் இறைஞ்சி
விண் நிறைந்தும் மண் நிறைந்தும் மிக்காய்,
விளங்கு ஒளியாய்,
எண் இறந்த எல்லை இலாதானே நின்
பெரும்சீர்
பொல்லா வினையேன் புகழுமாறு ஒன்று
அறியேன்

புல்லாகிப் பூடாய்ப் புழுவாய் மரமாகிப்
பல் விருகமாகிப் பறவையாய்ப் பாம்பாகிக்
கல்லாய் மனிதராய்ப் பேயாய்க் கணங்களாய்
வல் அசுரர் ஆகி முனிவராய்த் தேவராய்ச்
செல்லாஅ நின்ற இத் தாவர சங்கமத்துள்

எல்லாப் பிறப்பும் பிறந்து இளைத்தேன்,
எம்பெருமான்
மெய்யே உன் பொன் அடிகள் கண்டு இன்று
வீடு உற்றேன்
உய்ய என் உள்ளத்துள் ஓங்காரமாய் நின்ற
மெய்யா விமலா விடைப்பாகா வேதங்கள்
ஐயா எனவோங்கி ஆழ்ந்து அகன்ற

நுண்ணியனே

வெய்யாய், தணியாய், இயமானனாம் விமலா
பொய் ஆயின எல்லாம் போய் அகல வந்தருளி
மெய் ஞானம் ஆகி மிளிர் கின்ற மெய்ச் சுடரே
எஞ்ஞானம் இல்லாதேன் இன்பப் பெருமானே
அஞ்ஞானம் தன்னை அகல்விக்கும் நல்
அறிவே

ஆக்கம் அளவு இறுதி இல்லாய், அனைத்து
உலகும்
ஆக்குவாய் காப்பாய் அழிப்பாய் அருள்
தருவாய்
போக்குவாய் என்னைப் புகுவிப்பாய் நின்
தொழும்பின்
நாற்றத்தின் நேரியாய், சேயாய், நணியானே
மாற்றம் மனம் கழிய நின்ற மறையோனே

கறந்த பால் கன்னலொடு நெய்கலந்தாற்
போலச்
சிறந்தடியார் சிந்தனையுள் தேன்ஊறி நின்று
பிறந்த பிறப்பு அறுக்கும் எங்கள் பெருமான்
நிறங்கள் ஓர் ஐந்து உடையாய்,
விண்ணோர்கள் ஏத்த
மறைந்திருந்தாய், எம்பெருமான்
வல்வினையேன் தன்னை

மறைந்திட மூடிய மாய இருளை
அறம்பாவம் என்னும் அரும் கயிற்றால் கட்டி
புறம்தோல் போர்த்து எங்கும் புழு அழுக்கு
மூடி,
மலம் சோரும் ஒன்பது வாயில் குடிலை
மலங்கப் புலன் ஐந்தும் வஞ்சனையைச்

செய்ய,

விலங்கு மனத்தால், விமலா உனக்கு
கலந்த அன்பாகிக் கசிந்து உள் உருகும்
நலம் தான் இலாத சிறியேற்கு நல்கி
நிலம் தன்மேல் வந்து அருளி நீள்கழல்கள்
காட்டி,
நாயிற் கடையாய்க் கிடந்த அடியேற்குத்

தாயிற் சிறந்த தயா ஆன தத்துவனே
மாசற்ற சோதி மலர்ந்த மலர்ச்சுடரே
தேசனே தேன் ஆர்அமுதே சிவபுரானே
பாசமாம் பற்று அறுத்துப் பாரிக்கும்
ஆரியனே
நேச அருள்புரிந்து நெஞ்சில் வஞ்சம் கெடப்

பேராது நின்ற பெருங்கருணைப் போராறே
ஆரா அமுதே அளவிலாப் பெம்மானே
ஓராதார் உள்ளத்து ஒளிக்கும் ஒளியானே
நீராய் உருக்கி என் ஆருயிராய் நின்றானே
இன்பமும் துன்பமும் இல்லானே உள்ளானே

அன்பருக்கு அன்பனே யாவையுமாய்
இல்லையுமாய்
சோதியனே துன்னிருளே தோன்றாப்
பெருமையனே
ஆதியனே அந்தம் நடுவாகி அல்லானே
ஈர்த்து என்னை ஆட்கொண்ட எந்தை
பெருமானே
கூர்த்த மெய் ஞானத்தால் கொண்டு
உணர்வார் தம்கருத்தில்

நோக்கரிய நோக்கே நுணுக்கரிய நுண்

உணர்வே
போக்கும் வரவும் புணர்வும் இலாப்
புண்ணியனே
காக்கும் என் காவலனே காண்பரிய பேர்
ஒளியே
ஆற்றின்ப வெள்ளமே அத்தா மிக்காய் நின்ற
தோற்றச் சுடர் ஒளியாய்ச் சொல்லாத நுண்
உணர்வாய்

மாற்றமாம் வையகத்தின் வெவ்வேறே வந்து
அறிவாம்
தேற்றனே தேற்றத் தெளிவே என் சிந்தனை
உள்
ஊற்றான உண்ணார் அமுதே உடையானே
வேற்று விகார விடக்கு உடம்பின் உள்கிடப்ப
ஆற்றேன் எம் ஐயா அரனே ஓ என்று என்று

போற்றிப் புகழ்ந்திருந்து பொய்கெட்டு மெய்
ஆனார்
மீட்டு இங்கு வந்து வினைப்பிறவி சாராமே
கள்ளப் புலக்குரம்பைக் கட்டு அழிக்க
வல்லானே
நள் இருளில் நட்டம் பயின்று ஆடும் நாதனே
தில்லை உள் கூத்தனே தென்பாண்டி
நாட்டானே

அல்லல் பிறவி அறுப்பானே ஓ என்று
சொல்லற்கு அரியானைச் சொல்லித்
திருவடிக்கீழ்
சொல்லிய பாட்டின் பொருள் உணர்ந்து
சொல்லுவார்
செல்வர் சிவபுரத்தின் உள்ளார் சிவன்
அடிக்கீழ்ப்

பல்லோரும் ஏத்தப் பணிந்து. 95

திருச்சிற்றம்பலம்

2. கீர்த்தித் திரு அகவல்

(தில்லையில் அருளியது - நிலைமண்டில ஆசிரியப்பா)

தில்லை மூதூர் ஆடிய திருவடி
பல் உயிர் எல்லாம் பயின்றனன் ஆகி
எண்இல் பல்குணம் எழில்பெற விளங்கி
மண்ணும் விண்ணும் வானோர் உலகும்
துன்னிய கல்வி தோற்றியும் அழித்தும்

என்னுடை இருளை ஏறத்துரந்தும்
அடியார் உள்ளத்து அன்பு மீதூரக்
குடியாக் கொண்ட கொள்கையும் சிறப்பும்
மன்னும் மாமலை மகேந்திரம் அதனில்
சொன்ன ஆகமம் தோற்றுவித்து அருளியும்

கல்லா டத்துக் கலந்து இனிது அருளி
நல்லா ளோடு நயப்புறவு எய்தியும்
பஞ்சப் பள்ளியில் பால்மொழி தன்னொடும்
எஞ்சாது ஈண்டும் இன்அருள் விளைத்தும்
கிராத வேடமொடு கிஞ்சுக வாயவள்

விராவு கொங்கை நல்தடம் படிந்தும்
கேவேடர் ஆகிக் கெளிறது படுத்தும்
மாவேட்டு ஆகிய ஆகமம் வாங்கியும்
மற்றவை தம்மை மகேந்திரத்து இருந்து
உற்ற ஐம் முகங்களாள் பணித்து அருளியும்

நந்தம் பாடியில் நான் மறையோனாய்
அந்தமில் ஆரியனாய் அமர்ந்து அருளியும்
வேறு வேறு உருவும் வேறுவேறு இயற்கையும்
நூறு நூறு ஆயிரம் இயல்பினது ஆகி
ஏறு உடை ஈசன் இப்புவனியை உய்யக்

கூறு உடை மங்கையும் தானும் வந்தருளிக்
குதிரையைக் கொண்டு குடநாடு
அதன்மிகைக்
சதுர்படத் சாத்தாய்த் தான் எழுந்தருளியும்
வேலம் புத்தூர் விட்டேறு அருளிக்
கோலம் பொலிவு காட்டிய கொள்கையும்

தர்ப்பணம் அதனில் சாந்தம் புத்தூர்
வில்பொரு வேடற்கு ஈந்த விளைவும்
மொக்கணி அருளிய முழுத்தழல் மேனி
சொக்கது ஆகக் காட்டிய தொன்மையும்
அரியொடு பிரமற்கு அளவு அறி ஒண்ணான்

நரியைக் குதிரை ஆக்கிய நன்மையும்
ஆண்டுகொண்டருள அழகுறு திருவடி
பாண்டியன் தனக்குப் பரிமாவிற்று
ஈண்டு கனகம் இசையப் பெறா அது
ஆண்டான் எம்கோன் அருள்வழி இருப்பத்

தூண்டு சோதி தோற்றிய தொன்மையும்
அந்தணன் ஆகி ஆண்டுகொண்டருளி
இந்திர ஞாலம் காட்டிய இயல்பும்
மதுரைப் பெருநல் மாநகர் இருந்து
குதிரைச் சேவகன் ஆகிய கொள்கையும்

ஆங்கது தன்னில் அடியவர்க்கு ஆகப்

பாங்காய் மண் சுமந்தருளிய பரிசும்
உத்தர கோச மங்கையுள் இருந்து
வித்தக வேடங் காட்டிய இயல்பும்
பூவணம் அதனில் பொலிந்து இருந்து அருளித்

தூவண மேனி காட்டிய தொன்மையும்
வாத வூரினில் வந்து இனிது அருளிப்
பாதச் சிலம்பொலி காட்டிய பண்பும்
திரு ஆர் பொருந்துறைச் செல்வன் ஆகிக்
கரு ஆர் சோதியில் கரந்த கள்ளமும்

பூவலம் அதனில் பொலிந்து இனிது அருளிப்
பாவம் நாசம் ஆக்கிய பரிசும்
தண்ணீர்ப் பந்தல் சயம்பெற வைத்து
நல்நீர்ச் சேவகன் ஆகிய நன்மையும்
விருந்தினன் ஆகி வெண்காடு அதனில்

குருந்தின் கீழ் அன்றிருந்த கொள்கையும்
பட்ட மங்கையில் பாங்காய் இருந்து அங்கு
அட்ட மாசித்தி அருளிய அதுவும்
வேடுவன் ஆகி வேண்டு உருக் கொண்டு
காடு அது தன்னில் கரந்த உள்ளமும்

மெய்க் காட்டிட்டு வேண்டு உருக் கொண்டு
தக்கான் ஒருவன் ஆகிய தன்மையும்
ஓரி ஊரில் உகந்து இனிது அருளி
பாரிரும் பாலகன் ஆகிய பரிசும்
பாண்டூர் தன்னில் ஈண்ட இருந்தும்

தேவூர்த் தென்பால் திகழ்தரு தீவில்
கோவார் கோலம் கொண்ட கொள்கையும்
தேன் அமர் சோலைத் திரு ஆரூரில்

ஞானம் தன்னை நல்கிய நன்மையும்
இடைமருது அதனில் ஈண்ட இருந்து

படிமப் பாதம் வைத்த அப்பரிசும்
ஏகம் பத்தில் இயல்பாய் இருந்து
பாகம் பெண்ணோடு ஆயின பரிசும்
திருவாஞ்சியத்தில் சீர்பெற இருந்து
மருவார் குழலியொடு மகிழ்ந்த வண்ணமும்

சேவகன் ஆகித் திண்சிலை ஏந்திப்
பாவகம் பலபல காட்டிய பரிசும்
கடம்பூர் தன்னில் இடம்பெற இருந்தும்
ஈங்கோய் மலையில் எழிலது காட்டியும்
ஐயாறு அதனில் சைவன் ஆகியும்

துருத்தி தன்னில் அருத்தியோடு இருந்தும்
திருப்பனை ஊரில் விருப்பன் ஆகியும்
கழுமலம் அதனில் காட்சி கொடுத்தும்
கழுக்குன்று அதனில் வழுக்காது இருந்தும்
புறம்பயம் அதனில் அறம்பல அருளியும்

குற்றாலத்துக் குறியாய் இருந்தும்
அந்தமில் பெருமை அழல் உருக் கரந்து
சுந்தர வேடத்து ஒருமுதல் உருவுகொண்டு
இந்திர ஞாலம் போலவந்து அருளி
எவ்வெவர் தன்மையும் தன்வயின் படுத்துத்

தானே ஆகிய தயாபரன் எம் இறை
சந்திர தீபத்துச் சாத்திரன் ஆகி
அந்திரத்து இழிந்து வந்து அழகு அமர்
பாலையுள்
சுந்தரத் தன்மையொடு துதைந்து
இருந்தருளியும்

மந்திர மாமலை மகேந்திர வெற்பன்

அந்தம் இல் பெருமை அருள் உடை அண்ணல்
எம் தமை ஆண்ட பரிசு அது பகரின்
ஆற்றல் அதுவுடை அழகமர் திரு உரு
நீற்றுக் கோடி நிமிர்ந்து காட்டியும்
ஊனம் தன்னை ஒருங்குடன் அறுக்கும்

ஆனந் தம்மே ஆறா அருளியும்
மாதில் கூறுஉடை மாப்பெரும் கருணையன்
நாதப் பெரும்பறை நவின்று கறங்கவும்
அழுக்கு அடையாமல் ஆண்டுகொண்டு
அருள்பவன்
கழுக் கடை தன்னைக் கைக்கொண்டு
அருளியும்

மூலம் ஆகிய மும்மலம் அறுக்கும்
தூய மேனிச் சுடர்விடு சோதி
காதலன் ஆகிக் கழுநீர் மாலை
ஏறு உடைத்தாக எழில்பெற அணித்தும்
அரியொடு பிரமற்கு அளவு அறியாதவன்

பரிமாவின் மிசைப் பயின்ற வண்ணமும்
மீண்டு வாராவழி அருள் புரிபவன்
பாண்டி நாடே பழம்பதி ஆகவும்
பக்தி செய் அடியாரைப் பரம்பரத்து
உய்ப்பவன்
உத்தர கோச மங்கை ஊர் ஆகவும்

ஆதி மூர்த்திகளுக்கு அருள்புரிந்து அருளிய
தேவ தேவன் திருப் பெயர் ஆகவும்
இருள கடிந்து அருளிய இன்ப ஊர்தி
அருளிய பெருமை அருள்மலை யாகவும்

எப்பெருந் தமையும் எவ்வெவர் திறமும்

அப்பரிசு அதனால் ஆண்டுகொண்டருளி
நாயினேனை நலம்மலி தில்லையுள்
கோலம் ஆர்தரு பொதுவினில் வருகஎன
ஏல என்னை ஈங்கு ஒழித் தருளி
அன்று உடன் சென்ற அருள்பெறும் அடியவர்

ஒன்ற ஒன்ற உடன் கலந்து அருளியும்
எய்த வந்திலாதார் எரியில் பாயவும்
மாலது வாகி மயக்கம் எய்தியும்
பூதலம் அதனில் புரண்டுவீழ்ந்து அலறியும்
கால்விசைத்து ஓடிக் கடல்புக மண்டி

நாத நாத என்று அழுது அரற்றி
பாதம் எய்தினர் பாதம் எய்தவும்
பதஞ்சலிக் கருளிய பரமநாடக என்ற
இதம் சலிப்பெய்த நின்று ஏங்கினர் ஏங்கவும்
எழில்பெறும் இமயத்து இயல்புஉடை அம்பொன்

பொலிதரு புலியூர்ப் பொதுவினில் நடம் நவில்
கனிதரு செவ்வாய் உமையொடு காளிக்கு
அருளிய திருமுகத்து அழகு உறு சிறுநகை
இறைவன் ஈண்டிய அடியவ ரோடும்
பொலிதரு புலியூர் புக்கு இனிது அருளினன்
ஒலிதரு கைலை உயர்கிழ வோனே

திருச்சிற்றம்பலம்

3. திருவண்டப் பகுதி

(தில்லையில் அருளயது - இணைக் குறள் ஆசிரியப்பா)

அண்டப் பகுதியின் உண்டைப் பிறக்கம்
அளப்பு அரும் தன்மை வளப் பெருங் காட்சி
ஒன்றனுக்கு ஒன்று நின்றெழில் பகரின்
நூற்று ஒரு கோடியின் மேல்பட விரிந்தன
இல்நுழை கதிரின் துன் அணுப் புரையச்

சிறிய ஆகப் பெரியோன் தெரியின்
வேதியன் தொகையொடு மாலவன் மிகுதியும்
தோற்றமும் சிறப்பும் ஈற்றொடு புணரிய
மாப்பேர் ஊழியும் நீக்கமும் நிலையும்
சூக்கமொடு தூலத்துச் சூறை மாருதத்து

எறியது வளியின்
கொட்கப் பெயர்க்கும் குழகன் முழுவதும்
படைப்போன் படைக்கும் பழையோன்
படைத்தவை
காப்போன் காக்கும் கடவுள், காப்பவை
காப்போன், கரப்பவை கருதாக்

கருத்துடைக் கடவுள், திருத்தகும்
அறுவகைச் சமயத்து அறுவகை யோர்க்கும்
வீடுபேறாய் நின்ற விண்ணோர் பகுதி

கீடம் புரையும் கிழவோன், நாள் தொறும்
அருக்கனின் சோதி அமைத்தோன், திருத்தகு

மதியில் தண்மை வைத் தோன், திண்திறல்
தீயில் வெம்மை செய்தோன், பொய்தீர்
வானில் கலப்பு வைத்தோன், மேதகு
காலின் ஊக்கம் கண்டோ ன், நிழல் திகழ்
நீரில் இன்சுவை நிகழ்ந்தோன், வெளிப்பட

மண்ணில் திண்மை வைத்தோன், என்று என்று
எனைப் பல கோடி எனைப் பல பிறவும்
அனைத்து அனைத்து அவ்வயின்
அடைத்தோன். அஃதான்று
முன்னோன் காண்க, முழுதோன் காண்க
தன்நேர் இல்லோன் தானே காண்க

ஏனம் தொல் எயிறு அணிந்தோன் காண்க
கானம் புலியுரி அரையோன் காண்க
நீற்றோன் காண்க, நினைதொறும்
நினைதொறும்
ஆற்றேன் காண்க, அந்தோ கெடுவேன்
இன்னிசை வீணையில் இசைத்தோன் காண்க

அன்னது ஒன்று அவ் வயின் அறிந்தோன்
காண்க
பரமன் காண்க, பழையோன் காண்க
பிரமன்மால் காணாப் பெரியோன் காண்க
அற்புதன் காண்க, அநேகன் காண்க
சொற்பதங் கடந்த தொல்லோன் காண்க

சித்தமும் செல்லாச் சேட்சியன் காண்க

பத்தி வலையில் படுவோன் காண்க
ஒருவன் என்றும் ஒருவன் காண்க
விரிபொழில் முழுதாய் விரிந்தோன் காண்க
அணுத்தரும் தன்மையில் ஐயோன் காண்க

இணைப்பு அரும் பெருமையில் ஈசன் காண்க
அரிய அதில் அரிய அரியோன் காண்க
மருவி எப்பொருளும் வளர்ப்போன் காண்க
நூல் உணர்வு உணரா நுண்ணியன் காண்க
மேலோடு கீழாய் விரிந்தோன் காண்க

அந்தமும் ஆதியும் அகன்றோன் காண்க
பந்தமும் வீடும் படைப்போன் காண்க
நிற்பதுஞ் செல்வதும் ஆனோன் காண்க
கற்பதும் இறுதியும் கண்டோ ன் காண்க
யாவரும் பெற உறும் ஈசன் காண்க

தேவரும் அறியாச் சிவனே காண்க
பெண்ஆண் அலிஎனும் பெற்றியன் காண்க
கண்ணால் யானும் கண்டேன் காண்க
அருள்நனி சுரக்கும் அமுதே காண்க
கருணையின் பெருமை கண்டேன் காண்க

புவனியல் சேவடி தீண்டினன் காண்க
சிவன் என யானும் தேறினன் காண்க
அவன் எனை ஆட்கொண்டு அருளினன் காண்க
குவளைக் கண்ணி கூறன் காண்க
அவளுந் தானும் உடனே காண்க

பரமா னந்தம் பழம் கட லதுவே
கருமா முகிலில் தோன்றித்
திருவார் பெருந்துறை வரையில் ஏறித்

திருத்தகு மின்ஒளி திசைதிசை விரிய
ஐம்புலம் பந்தனை வாள்அரவு இரிய

வெம் துயர் கோடை மாத்தலை கரப்ப
நீடு எழில் தோன்றி வாள் ஒளி மிளிர
எம்தம் பிறவியில் கோபம் மிகுந்து
முரசு ஏறிந்து மாப்பெருங் கருணையில்
முழங்கிப்
பூப்புரை அஞ்சலி காந்தள் காட்ட

எஞ்சா இன்னருள் நுண்துளி கொள்ளச்
செஞ்சுடர் வெள்ளம் திசைதிசை தெவிட்ட
வரையுறக்
கேதக் குட்டம் கையற வோங்கி
இருமுச் சமயத்து ஒரு பேய்த் தேரினை
நீர்நசை தரவரும் நெடுங்கண் மான்கணம்

தவப்பெரு வாயிடைப் பருகித் தளர்வொடும்
அவப்பெருந் தாபம் நீங்காது அசைந்தன
ஆயிடை வானப் பேரியாற்று அகவயின்
பாய்ந்து எழுந்து இன்பம் பெருஞ்சுழி
கொழித்துச்
சுழித்து எம்பந்தம் மாக் கரைபொருது
அலைத்திடித்து

ஊழ் ஊழ் ஓங்கிய நங்கள்
இருவினை மாமரம் வேர் பறித்து எழுந்து
உருவ அருள்நீர் ஓட்டா அருவரைச்
சந்தின் வான்சிறை கட்டி மட்டவிழ்
வெறிமலர்க் குளவாய் கோலி நிறையகில்

மாப்புகைக் கரைசேர் வண்டுடைக் குளத்தின்
மீக்கொள மேல்மேல் மகிழ்தலின் நோக்கி

அருச்சனை வயல் உள் அன்புவித்து இட்டுத்
தொண்ட உழவர் ஆரத் தந்த
அண்டத்து அரும்பெறல் மேகன் வாழ்க

கரும்பணக் கச்சைக் கடவுள் வாழ்க
அரும்தவர்கசகு அருளும் ஆதி வாழ்க
அச்சம் தவிர்த்த சேவகன் வாழ்க
நிச்சலும் ஈர்த்தாட் கொள்வோன் வாழ்க
சூழ்இருள் துன்பம் துடைப்போன் வாழ்க

எய்தினர்க்கு ஆர்அமுது அளிப்போன் வாழ்க
கூர்இருள் கூத்தொடு குனிப்போன் வாழ்க
பேர்அமைத் தோளி காதலன் வாழ்க
ஏதிலார்கசகு ஏதில்எம் இறைவன் வாழ்க
காதலர்க்கு எய்ப்பினில் வைப்பு வாழ்க

நச்சு அரவு ஆட்டிய நம்பன் போற்றி
பிச்சு எமை ஏற்றிய பெரியோன் போற்றி
நீற்றொடு தோற்ற வல்லோன் போற்றி
நாற்றிசை
நடப்பன நடாஅய்க் கிடப்பன கிடாஅய்
நிற்பன நிறீஇச்

சொல்பதம் கடந்த தொல்லோன்
உள்ளத் துணர்ச்சியிற் கொள்ளவும் படாஅன்
கண்முதல் புலனாற் காட்சியும் இல்லோன்
விண்முதல் பூதம் வெளிப்பட வகுத்தோன்
பூவில் நாற்றம் போன்றுயர்ந் தெங்கும்

ஒழிவற நிறைந்து மேவிய பெருமை
இன்று எனக்கு எளிவந்து அருளி
அழிதரும் ஆக்கை ஒழியச்செய்த
ஒண்பொருள்

இன்றெனக் கெளிவந்து இருந்தனன் போற்றி
அளிதரும் ஆக்கை செய்தோன் போற்றி

ஊற்றிருந்த துள்ளங் களிப்போன் போற்றி
ஆற்றா இன்பம் அலர்ந்தலை போற்றி
போற்றா ஆக்கையைப் பொறுத்தல் புகலேன்
மரகதக் குவாஅல் மாமணிப் பிறக்கம்
மின்ஒளி கொண்ட பொன்னொளி திகழத்

திசைமுகன் சென்று தேடினர்க்கு ஒளித்தும்
முறையுளி ஒற்றி முயன்றவர்க்கு ஒளித்தும்
ஒற்றுமை கொண்டு நோக்கும் உள்ளத்து
உற்றவர் வருந்த உறைப்பவர்க்கு ஒளித்தும்
மறைத்திறம் நோக்கி வருந்தினர்க்கு
ஒளித்தும்

இத்தந் திரத்தில் காண்டும் என்று
இருந்தோர்க்கு
அத்தந் திரத்தில் அவ்வயின் ஒளித்தும்
முனிவு அற நோக்கி நனிவரக் கௌவி
ஆணெனத் தோன்றி அலியெனப் பெயர்ந்து
வாள்நுதல் பெண்என ஒளித்தும் சேண்வயின்

ஐம்புலன் செலவிடுத்து அருவரை
தொறும்போய்த்
துற்றவை துறந்த வெற்று உயிர் ஆக்கை
அருந்தவர் காட்சியுள் திருந்த ஒளித்தும்
ஒன்று உண்டில்லை யென்றறி வொளித்தும்
பண்டே பயில்தொறும் இன்றே பயில்தொறும்

ஒளிfக்கும் சோரனைக் கண்டனம்

ஆர்மின் ஆர்மின் நாண்மலர்ப் பிணையலில்
தாள்தனை இடுமின் சுற்றுமின் சூழ்மின்
தொடர்மின் விடேன்மின்
பற்றுமின் என்றவர் பற்றுமுற்று ஒளித்தும்

தன்நேர் இல்லோன் தானே ஆன தன்மை
என் நேர் அனையோர் கேட்கவந்து இயம்பி
அறைகூவி ஆட்கொண்டருளி
மறையோர் கோலம் காட்டி அருளலும்
உலையா அன்பு என்பு உருக ஓலமிட்டு

அலைகடல் திரையில் ஆர்த்து ஆர்த்து ஓங்கித்
தலை தடுமாறா வீழ்ந்துபுரண் டலறிப்
பித்தரின் மயங்கி மத்தரின் மதித்து
நாட்டவர் மருளவும் கேட்டவர் வியப்பவும்
கடைக்களிறு ஏற்றாத் தடம்பெரு மதத்தின்

ஆற்றேன் ஆக அவயவம் சுவைதரு
கோற்றேன் கொண்டு செய்தனன்
ஏற்றார் மூதூர் எழில்நகை எரியின்
வீழ்வித்து ஆங்கு அன்று அருட்பெருந் தீயின்
அடியோம் அடிக்குடில்

ஒருத்தரும் வழாமை யொடுக்கினன்
தடக்கையின் நெல்லிக் கனியெனக் காயினன்
சொல்லுவது அறியேன் வாழி முறையோ
தரியேன் நாயேன் தான் எனைச் செய்தது
தெரியேன் ஆஆ செத்தேன் அடியேற்கு

அருளியது அறியேன் பருகியும் ஆரேன்
விழுங்கியும் ஒல்ல கில்லேன்
செழுந்தண் பாற்கடல் திரைபுரை வித்து
உவர்க்கடல் நள்ளும்நீர் உள்அகம் ததும்ப

வாக்கு இறந்து அமுதம் மயிர்க்கால் தோறும்

தேக்கிடச் செய்தனன் கொடியேன் ஊன்தழை
குரம்பை தோறும் நாய் உடல் அகத்தே
குரம்பைகொண்டு இன்தேன் பாய்த்தி
நிரம்பிய
அற்புதம் ஆன அமுத தாரைகள்
எற்புத் துளைதொறும் ஏற்றினன் உருகுவது

உள்ளம் கொண்டோ ர் உருச்செய் தாங்கு
எனக்கு
அள் ஊறு ஆக்கை அமைத்தனன் ஒள்ளிய
கன்னற் கனிதேர் களிறு எனக் கடைமுறை
என்னையும் இருப்பது ஆக்கினன் என்னில்
கருணை வான்தேன் கலக்க
அருளொடு பரா அமுது ஆக்கினன்
பிரமன் மால் அறியாப் பெற்றி யோனே

திருச்சிற்றம்பலம்

4. போற்றித் திருஅகவல்

(தில்லையில் அருளியது - நிலைமண்டில ஆசிரியப்பா)

நான்முகன் முதலா வானவர் தொழுது எழ
ஈர் அடியாலே மூவுலகு அளந்து
நால் திசை முனிவரும் ஐம்புலன் மலரப்
போற்றி செய் கதிர்முடித் திருநெடுமால்
அன்று
அடிமுடி அறியும் ஆதரவு அதனில்
கடும் முரண் ஏனம் ஆகிமுன் கலந்து
ஏழ்தலம் உருவ இடந்து பின் எய்த்து
ஊழி முதல்வ சயசய என்று
வழுத்தியும் காணா மலர்அடி இணைகள்
வழுத்துதற்கு எளிதாய் வார் கடல் உலகினில்

யானை முதலா எறும்பு ஈறாய
ஊனம் இல் யோனியின் உள்வினை
பிழைத்தும்
மானுடப் பிறப்பினுள் மாதா உதரத்து
ஈனம் இல் கிருமிச் செருவினில் பிழைத்தும்
ஒரு மதித் தான்றியின் இருமையில்
பிழைத்தும்
இருமதி விளைவின் ஒருமையில் பிழைத்தும்
மும்மதி தன்னுள் அம்மதம் பிழைத்தும்

ஈர் இரு திங்களில் பேர் இருள் பிழைத்தும்
அஞ்சு திங்களில் முஞ்சுதல் பிழைத்தும்
ஆறு திங்களில் ஊறு அலர் பிழைத்தும

ஏழு திங்களில் தாழ் புவி பிழைத்தும்
எட்டுத் திங்களில் கட்டமும் பிழைத்தும்
ஒன்பதில் வருதரு துன்பமும் பிழைத்தும்
தக்க தசமதி தாயொடு தான்படும்
துக்க சாகரம் துயர் இடைப்பிழைத்தும்
ஆண்டுகள் தோறும் அடைந்த அக்காலை
ஈண்டியும் இருத்தியும் எனைப்பல பிழைத்தும்
காலை மலமொடு கடும்பகல் பசி நிசி
வேலை நித்திரை யாத்திரை பிழைத்தும்
கரும்குழல் செவ்வாய் வெள்நகைக் கார்மயில்

ஒருங்கிய சாயல் நெருங்கி உள் மதர்த்துக்
கச்சு அற நிமிர்ந்து கதிர்ந்து முன் பணைத்து
எய்த்து இடைவருந்த எழுந்து புடைபரந்து
ஈர்க்கு இடைபோகா இளமுலை மாதர்தம்
கூர்த்த நயனக் கொள்ளையில் பிழைத்தும்
பித்த உலகர் பெரும் துறைப் பரப்பினுள்
மத்தம் களிறு எனும் அவாவிடைப் பிழைத்தும்
கல்வி என்னும் பல்கடல் பிழைத்தும்
செல்வம் என்னும் அல்லலில் பிழைத்தும்
நல்குரவு என்னும் தொல்விடம் பிழைத்தும்

புல்வரம்பு ஆய பலதுறை பிழைத்தும்
தெய்வம் என்பதோர் சித்தம் உண்டாகி
முனிவு இலாதது ஓர் பொருள் அது கருதலும்
ஆறு கோடி மாயா சக்திகள்
வேறு வேறு தம் மாயைகள் தொடங்கின
ஆத்தம் ஆனார் அயலவர் கூடி

நாத்திகம் பேசி நாத்தழும்பு ஏறினர்
சுற்றம் என்னும் தொல்பசுக் குழாங்கள்
பற்றி அழைத்துப் பதறினர் பெருகவும்
விரதமே பரம் ஆக வேதியரும்

சரதம் ஆகவே சாத்திரம் காட்டினர்
சமய வாதிகள் தம்தம் தங்களே
அமைவது ஆக அரற்றி மலைந்தனர்
மிண்டிய மாயா வாதம் என்னும்
சண்ட மாருதம் சுழிந்து அடித்துத் தாஅர்த்து
உலோகாய தமெனும் ஒள் திறப்பாம்பின்
கலா பேதத்த கடுவிடம் எய்தி
அதில் பெருமாயை எனைப்பல சூழவும்
தப்பாமே தாம் பிடித்தது சலியாத்
தழலது கண்ட மெழுகு அது போலத்

தொழுது உளம் உருகி அழுது உடல்கம்பித்து
ஆடியும் அலறியும் பாடியும் பரவியும்
கொடிறும் பேதையும் கொண்டது விடாதென
படியே ஆகி நல் இடைஅறா அன்பின்
பசுமரத்து ஆணி அறைந்தால் போலக்
கசிவது பெருகிக் கடல் என மறுகி
அகம் குழைந்து அனுகுலமாய் மெய்
விதிர்த்துச்
சகம் பேய் என்று தம்மைச் சிரிப்ப
நாண் அது ஒழிந்து நாடவர் பழித்துரை
பூண் அது ஆகக் கோணுதல் இன்றிச்

சதுர் இழந்து அறிமால் கொண்டு சாரும்
கதியது பரமா அதிசயம் ஆகக்
கற்றா மனம் எனக் கதறியும் பதறியும்
மற்று ஓர் தெய்வம் கனவிலும் நினையாது
அருபரத்து ஒருவன் அவனியில் வந்து

குருபரன் ஆகி அருளிய பெருமையைச்
சிறுமை என்று இகழாதே திருவடி
இணையைப்
பிறிவினை அறியா நிழல் அது போல
முன் பின்னாகி முனியாது அத்திசை
என்பு நைந்து உருகி நெக்கு நெக்கு ஏங்கி

அன்பு எனும் ஆறு கரை அது புரள
நன்புலன் ஒன்றி நாத என்று அரற்றி
உரை தடுமாறி உரோமம் சிலிர்ப்ப
கரமலர் மொட்டித்து இருதயம் மலரக்
கண்களி கூர நுண் துளி அரும்ப
சாயா அன்பினை நாள்தொரும் தழைப்பவர்
தாயே ஆகி வளர்த்தனை போற்றி
மெய் தரு வேதியன் ஆகி வினைகெடக்
கைதரவல்ல கடவுள் போற்றி
ஆடக மதுரை அரசே போற்றி

கூடல் இலங்கு குருமணி போற்றி
தென் தில்லை மன்றினுள் ஆடி போற்றி
இன்று எனக்கு ஆர் அமுது ஆனாய் போற்றி
மூவா நான்மறை முதல்வா போற்றி
சேவார் வெல்கொடிச் சிவனே போற்றி
மின் ஆர் உருவ விகிர்தா போற்றி
கல் நார் உரித்த கனியே போற்றி
காவாய் கனகக் குன்றே போற்றி
ஆ ஆ என்தனக்கு அருளாய் போற்றி
படைப்பாய் காப்பாய் துடைப்பாய் போற்fறி

இடரைக் களையும் எந்தாய் போற்றி
ஈச போற்றி இறைவா போற்றி
தேசப் பளிங்கின் திரளே போற்றி

அரைசே போற்றி அமுதே போற்றி
விரை சேர் சரண விகிர்தா போற்றி
வேதி போற்றி விமலா போற்றி
ஆதி போற்றி அறிவே போற்றி
கதியே போற்றி கனியே போற்றி
நதி நேர் நெஞ்சடை நம்பா போற்றி
உடையாய் போற்றி உணர்வே போற்றி

கடையேன் அடிமை கண்டாய் போற்றி
ஐயா போற்றி அணுவே போற்றி
சைவா போற்றி தலைவா போற்றி
குறியே போற்றி குணமே போற்றி
நெறியே போற்றி நினைவே போற்றி
வானோர்க்கு அரிய மருந்தே போற்றி
ஏனோர்க்கு எளிய இறைவா போற்றி
மூவேழ் சுற்றமும் முரண் உறு நரகு இடை
ஆழாமே அருள் அரசே போற்றி
தோழா போற்றி துணைவா போற்றி

வாழ்வே போற்றி என் வைப்பே போற்றி
முத்தா போற்றி முதல்வா போற்றி
அத்தா போற்றி அரனே போற்றி
உரைஉணர்வு இறந்த ஒருவ போற்றி
விரிகடல் உலகின் விளைவே போற்றி
அருமையில் எளிய அழகே போற்றி
கருமுகி லாகிய கண்ணே போற்றி
மன்னிய திருவருள் மலையே போற்றி
என்னையும் ஒருவ னாக்கி இருங்கழல்
சென்னியில் வைத்த சேவக போற்றி

தொழுதகை துன்பந் துடைப்பாய் போற்றி
அழிவிலா ஆனந்த வாரி போற்றி
அழிவதும் ஆவதும் கடந்தாய் போற்றி

முழுவதும் இறந்த முதல்வா போற்றி
மான்நேர் நோக்கி மணாளா போற்றி
வான்அகத்து அமரர் தாயே போற்றி
பார்இடை ஐந்தாய்ப் பரந்தாய் போற்றி
நீரிடை நான்காய் நிகழ்ந்தாய் போற்றி
தீயிடை மூன்றாய்த் திகழ்ந்தாய் போற்றி
வளியிடை இரண்டாய் மகிழ்ந்தாய் போற்றி

வெளியிடை ஒன்றாய் விளைந்தாய் போற்றி
அளிபவர் உள்ளதது அமுதே போற்றி
கனவிலும் தேவர்க்கு அரியாய் போற்றி
நனவிலும் நாயேற்கு அருளினை போற்றி
இடைமருது உறையும் எந்தாய் போற்றி
சடைஇடைக் கங்கை தரித்தாய் போற்றி
ஆரூர் அமர்ந்த அரசே போற்றி
சீர் ஆர் திருவையாறா போற்றி
அண்ணாமலை எம் அண்ணா போற்றி
கண் ஆர் அமுதக் கடலே போற்றி

ஏகம்பத்து உறை எந்தாய் போற்றி
பாகம் பெண் உரு ஆனாய் போற்றி
பராய்த் துறை மேவிய பரனே போற்றி
சிராப்பள்ளி மேவிய சிவனே போற்றி
மற்று ஓர் பற்று இங்கு அறியோன் போற்றி
குற்றாலத்து எம் கூத்தா போற்றி
கோகழி மேவிய கோவே போற்றி
ஈங்கோய் மலை எந்தாய் போற்றி
பாங்கு ஆர் பழனத்து அழகா போற்றி
கடம்பூர் மேவிய விடங்கா போற்றி

அடைந்தவர்க்கு அருளும் அப்பா போற்றி
இத்தி தன்னின் கீழ் இருமூவர்க்கு

அத்திக்கு அருளிய அரசே போற்றி
தென்னாடுடைய சிவனே போற்றி
என் நாட்டவர்க்கும் இறைவா போற்றி
ஏனக் குருளைக்கு அருளினை போற்றி
மானக் கயிலை மலையாய் போற்றி
அருளிட வேண்டும் அம்மான் போற்றி
இருள் கெட அருளும் இறைவா போற்றி
தளர்ந்தேன் அடியேன் தமியேன் போற்றி

களம் கொளக் கருத அருளாய் போற்றி
அஞ்சேல் என்று இங்கு அருளாய் போற்றி
நஞ்சே அமுதா நயந்தாய் போற்றி
அத்தா போற்றி ஐயா போற்றி
நித்தா போற்றி நிமலா போற்றி
பத்தா போற்றி பவனே போற்றி
பெரியாய் போற்றி பிரானே போற்றி
அரியாய் போற்றி அமலா போற்றி
மறையோர் கோல நெறியே போற்றி
முறையோ தரியேன் முதல்வா போற்றி

உறவே போற்றி உயிரே போற்றி
சிறவே போற்றி சிவமே போற்றி
மஞ்சா போற்றி மணாளா போற்றி
பஞ்சு ஏர் அடியாள் பங்கா போற்றி
அலந்தேன் நாயேன் அடியேன் போற்றி
இலங்கு சுடர் எம் ஈசா போற்றி
சுவைத்தலை மேவிய கண்ணே போற்றி
குவைப்பதி மலிந்த கோவே போற்றி
மலை நாடு உடைய மன்னே போற்றி
கலை ஆர் அரிகேசரியாய் போற்றி

திருக்கழுக் குன்றில் செல்வா போற்றி
பொருப்பு அமர் பூவணத்து அரனே போற்றி

அருவமும் உருவமும் ஆனாய் போற்றி
மருவிய கருணை மலையே போற்றி
துரியமும் இறந்த சுடரே போற்றி
தெரிவு அரிது ஆகிய தெளிவே போற்றி
தேளா முத்தச் சுடரே போற்றி
ஆள் ஆனவர்களுக்கு அன்பா போற்றி
ஆரா அமுதே அருளா போற்றி
பேர் ஆயிரம் உடைப் பெம்மான் போற்றி

தாளி அறுகின் தாராய் போற்றி
நீள் ஒளி ஆகிய நிருத்தா போற்றி
சந்தனச் சாந்தின் சுந்தர போற்றி
சிந்தனைக்கு அரிய சிவமே போற்றி
மந்திர மாமலை மேயாய் போற்றி
எந்தமை உய்யக் கொள்வாய் போற்றி
புலிமுலை புல் வாய்க்கு அருளினை போற்றி
அலைகடல் மீ மிசை நடந்தாய் போற்றி
கரும் குருவிக்கு அன்று அருளினை போற்றி
இரும் புலன் புலர இசைந்தனை போற்றி

படி உறப் பயின்ற பாவக போற்றி
அடியொடு நடு ஈறு ஆனாய் போற்றி
நரகொடு சுவர்க்க நானிலம் புகாமல்
பரகதி பாண்டியற்கு அருளினை போற்றி
ஒழிவற நிறைந்த ஒருவ போற்றி
செழு மலர்ச் சிவபுரத்து அரசே போற்றி
கழு நீர் மாலைக் கடவுள் போற்றி
தொழுவார் மையல் துணிப்பாய் போற்றி
பிழைப்பு வாய்ப்பு ஒன்று அறியா நாயேன்
குழைத்த சொல்மாலை கொண்டருள் போற்றி

புரம்பல் எரித்த புராண போற்றி

பரம் பரம் சோதிப் பரனே போற்றி
போற்றி போற்றி புயங்கப் பெருமான்
போற்றி போற்றி புராண காரண
போற்றி போற்றி சய சய போற்றி

திருச்சிற்றம்பலம்

5. திருச்சதகம்

(திருப்பெருந்துறையில் அருளியது)

1. மெய் உணர்தல் (கட்டளைக் கலித்துறை)

மெய்தான் அரும்பி விதிர் விதிர்த்து உன் விரை
ஆர் கழற்கு என்
கைதான் தலை வைத்துக் கண்ணீர் ததும்பி
வெதும்பி உள்ளம்
பொய்தான் தவிர்ந்து உன்னைப் போற்றி சய
சய போற்றி என்னும்
கைதான் நெகிழ விடேன் உடையாய்
என்னைக் கண்டு கொள்ளே. 5

கொள்ளேன் புரந்தரன் மால் அயன் வாழ்வு
குடிகெடினும்
நள்ளேன் நினது அடியாரொடு அல்லால் நரகம்
புகினும்
எள்ளேன் திருஅருளாலே இருக்கப் பெறின்
இறைவா
உள்ளேன் பிற தெய்வம் உன்னை அல்லாது
எங்கள் உத்தமனே. 6

உத்தமன் அத்தன் உடையான் அடியே
நினைந்து உருகி
மத்த மனத்தொடு மால் இவன் என்ன மனம்
நினைவில்
ஒத்தன ஒத்தன சொல்லிட ஊரூர் திரிந்து

எவரும்
தம் தம் மனத்தன பேச எஞ்ஞான்று கொல்
சாவதுவே. 7

சாவ முன் நாள் தக்கன் வேள்வித் தகர் தின்று
நஞ்சம் அஞ்சி
ஆவ எந்தாய் என்று அவிதா இடும் நம்மவர்
அவரே
மூவர் என்றே எம்பிரானொடும் எண்ணி விண்
ஆண்டு மண்மேல்
தேவர் என்றே இறுமாந்து என்ன பாவம்
திரதவரே. 8

தவமே புரிந்திலன் தண்மலர் இட்டுமுட்டாது
இறைஞ்சேன்
அவமே பிறந்த அருவினையேன் உனக்கு
அன்பர் உள்ளாம்
சிவமே பெறும் திரு எய்திற்றிலேன் நின்
திருவடிக்கு ஆம்
பவமே அருளு கண்டாய் அடியேற்கு
எம்பரம்பரனே. 9

பரந்து பல் ஆய்மலர் இட்டு முட்டாது அடியே
இறைஞ்சி
இரந்த எல்லாம் எமக்கே பெறலாம் என்னும்
அன்பர் உள்ளம்
கரந்து நில்லாக் கள்வனே நின்தன் வார்சுழற்கு
அன்பு எனக்கும்
நிரந்தரமாய் அருளாய் நின்னை ஏத்த
முழுவதுமே. 10

முழுவதும் கண்டவனைப் படைத்தான்
முடிசாய்ந்து முன்னாள்

செழு மலர் கொண்டு எங்கும் தேட அப்பாலன்
இப்பால் எம்பிரான்
கழுதொடு காட்டிடை நாடகம் ஆடிக் கதி
இலியாய்
உழுவையின் தோல் உடுத்து உன் மத்தம் மேல்
கொண்டு உழிதருமே. 11

உழிதரு காலுங் கனலும் புனலொடு
மண்ணும்விண்ணும்
இழிதரு காலமெக் காலம் வருவது
வந்ததற்பின்
உழிதரு காலத்த உன்னடி யேன்செய்த
வல்வினையக்
கழிதரு காலமு மாயவை காத்தெம்மைக்
காப்பேவனே. 12

பவனெம் பிரான்பனி மாமதிக் கண்ணிவிண்
ணோர்பெருமான்
சிவனெம் பிரான்என்னை
ஆண்டுகொண்டான் என் சிறுமைகண்டும்
அவனெம் பிரானென்ன நானடி யேனென்ன
இப்பரிசே
புவனெம் பிரான்தெரி யும்பரிசாவ
தியம்புகவே. 13

புகவே தகேன்உனக் கன்பருள் யானென்பொல்
லாமணியே
தகவே யெனையுனக் காட்கொண்ட
தன்மையெப் புன்மையரை
மிகவே உயர்த்திவிண் ணோரைப்
பணித்திஅண் ணாவமுதே
நகவே தகும்எம் பிரானென்னை நீசெய்த
நாடகமே. 14

2. அறிவுறுத்தல் (தரவு கொச்சகக் கலிப்பா)

நாடகத்தால் உன் அடியார் போல் நடித்து நான் நடுவே
வீடு அகத்தே புகுந்திடுவான் மிகப்பெரிதும் விரைகின்றேன்
ஆடகம் சீர் மணிக்குன்றே இடை அறா அன்பு உனக்கு என்
ஊடு அகத் தேநின்று உருகத் தந்தருள் எம் உடையானே. 15

யான் ஏதும் பிறப்பு அஞ்சேன் இறப்பு அதனுக்கு என கடவேன்
வான் ஏயும் பெறல் வேண்டேன் மண் ஆள்வான் மதித்தும் இரேன்
தேன்ஏயும் மலர்க்கொன்றைச் சிவனே எம்பெருமான்எம்
மானே உன் அருள் பெறும் நாள் என்று என்றே வருந்துவனே. 16

வருந்துவன்நின் மலர்ப்பாதம் அவைகாண்பான் நாய்அடியேன்
இருந்து நலம் மலர் புனையேன் ஏத்தேன் நாத்தழும்பு ஏறப்
பொருந்திய பொன் சிலை குனித்தாய் அருள் அமுதம் புரியாயேல்
வருந்துவன் அத்தமியேன் மற்று என்னேநான் ஆமாறே. 17

ஆம்ஆறுஉன் திருவடிக்கே அகம்குழையேன் அன்பு உருகேன்
பூமாலை புனைந்து ஏத்தேன் புகழ்ந்து

உரையேன் புத்தேளிர்க்
கோமான் நின் திருக்கோயில் தூகேன்
மெழுகேன் கூத்து ஆடேன்
சாம் ஆறே விரைக்கின்றேன் சதுராலே
சார்வோனே. 18

வானாகி மண்ணாகி வளிஆகி ஒளிஆகி
ஊனாகி உயிராகி உண்மையுமாய்
இன்மையுமாய்
கோனாகி யான் எனது என்று அவரவரைக்
கூத்தாட்டு
வானாகி நின்றாயை என் சொல்லி
வாழ்த்துவனே. 19

வாழ்த்துவதும் வானவர்கள் தாம் வாழ்வான்
மனம் நின்பால்
தாழ்த்துவதும் தாம் உயர்ந்து தம்மை எல்லாம்
தொழ வேண்டிக்
சூழ்த்த மதுகரம் முரலும் தாரோயை நாய்
அடியேன்
பாழ்த்த பிறப்பு அறுத்திடுவான் யானும்
உன்னைப் பரவுவனே. 20

பரவுவார் இமையோர்கள் பாடுவன
நால்வேதம்
குரவுவார் குழல் மடவாள் கூறு உடையாள் ஒரு
பாகம்
விரவுவார் மெய் அன்பின் அடியார்கள்
மேன்மேல் உன்
அரவுவார் கழல் இணைகள் காண்பாரோ
அரியானே. 21

அரியானே யாவரக்கும் அம்பரவா அம்பலத்து

எம்
பெரியானே சிறியேனை ஆட்கொண்ட
பெய்கழல் கீழ்
விரைஆர்ந்த மலர்தூவேன் வியந்து அலறேன்
நயந்துஉருகேன்
தரியேன் நான் ஆம்ஆறுஎன் சாவேன் நான்
சாவேனே. 22

வேனில் வேள் மலர்க்கணைக்கும் வெள் நகை
செவ்வாய்க்கரிய
பானல் ஆர் கண்ணியர்க்கும் பதைத்து
உருகும் பாழ் நெஞ்சே
ஊன் எலாம் நின்று உருகப் புகுந்து ஆண்டான்
இன்றுபோய்
வான் உளான் காணாய் நீ மாளா
வாழ்கின்றாயே. 23

வாழ்கின்றாய் வாழாத நெஞ்சமே
வல்வினைப்பட்டு
ஆழ்கின்றாய் ஆழாமல் காப்பானை ஏத்தாதே
சூழ்கின்றாய் கேடு உனக்குச் சொல்கின்றேன்
பல்காலும்
வீழ்கின்றாய் நீ அவலக் கடல் ஆய
வெள்ளத்தே. 24

3. *சுட்டறுத்தல் (எண் சீர் ஆசிரிய விருத்தம்)*

வெள்ளம் தாழ் விரிசடையாய் விடையாய்
விண்ணோர்
பெருமானே எனக்கேட்டு வெட்ட நெஞ்சாய்
பள்ளம் தாழ் உறு புனலில் கீழ் மேல் ஆகப்
பதைத்து உருகும் அவ நிற்க என்னை
ஆண்டாய்க்கு
உள்ளம்தான் நின்று உச்சி அளவும் நெஞ்சாய்
உருகாதால் உடம்பு எல்லாம் கண்ணாய்
அண்ணா
வெள்ளம்தான் பாயாதால் நெஞ்சம் கல் ஆம்
கண் இணையும் மரம் ஆம் தீ
வினையினேற்கே. *25*

வினையிலே கிடந்தேனைப் புகுந்து நின்று
போதுநான் வினைக் கேடன் என்பாய் போல
இனையன் நான் என்று உன்னை அறிவித்து
என்னை
ஆட்கொண்டு எம்பிரான் ஆனாய்க்கு
இரும்பின் பாவை
அனைய நான் பாடேன் நின்று ஆடேன்
அந்தோ
அலறிடேன் உலறிடேன் ஆவி சோரேன்
முனைவனே முறையோ நான் ஆனவாறு
முடிவு அறியேன் முதல் அந்தம் ஆயினானே*?*
26

ஆயநான் மறையனும் நீயே ஆதல்
அறிந்து யான் யாவரினும் கடையேன் ஆய
நாயினேன் ஆதலையும் நோக்கிக் கண்டும்
நாதனே நான் உனக்கு ஓர் அன்பன் என்பேன்

ஆயினேன் ஆதலால் ஆண்டு கொண்டாய்
அடியார் தாம் இல்லையே அன்றி மற்று ஓர்
பேயனேன் இதுதான் நின்பெருமை அன்றே
எம்பெருமான் என் சொல்லிப் பேசுகேனே. *27*

பேசின் தாம் ஈசனே எந்தாய் எந்தை
பெருமானே என்று என்றே பேசிப் பேசிப்
பூசின்தான் திருமேனி நிறைப் பூசி
போற்றி எம்பெருமானே என்று பின்றா
நேசத்தால் பிறப்பு இறப்பைக் கடந்தார்
தம்மை
ஆண்டானே அவா வெள்ளம் கள்வனேனை
மாசு அற்ற மணிக்குன்றே எந்தாய் அந்தோ
என்னை நீ ஆட்கொண்ட வண்ணம் தானே. *28*

வண்ணம்தான் சேயது அன்று வெளிதே அன்று
அநேகன் ஏகன் அணு அணுவில் இறந்தாய்
என்று அங்கு
எண்ணம்தான் தடுமாறி இமையோர் கூட்டம்
எய்துமாறு அறியாத எந்தாய் உன் தன்
வண்ணம்தான் அது காட்டி வடிவு காட்டி
மலர்க்கிழல்கள் அவைகாட்டி வழி
அற்றேனைத்
திண்ணம்தான் பிறவாமல் காத்து
ஆட்கொண்டாய்
எம்பெருமான் என் சொல்லிச் சிந்துக்கேனே. *29*

சிந்தனை நின்தனக்கு ஆக்கி நாயினேன் தன்
கண் இனை நின் திருப்பாதப் போதுக்கு ஆக்கி
வந்தனையும் அம்மலர்க்கே ஆக்கி வாக்கு
உன்
மணிவார்த்தைக்கு ஆக்கி ஐம்புலன்கள் ஆர
வந்தனை ஆட்கொண்டு உள்ளே புகுந்து

விச்சை
மால் அமுதப் பெரும் கடலே மலையே
உன்னைத்
தந்தனை செந் தாமரைக்காடு அனைய
மேனித்
தனிச்சுடரே இரண்டுமிலி இத்தனிய னேற்கே.
30

தனியேனன் பெரும் பிறவிப் பௌவத்து
எவ்வம்
தடம் திரையால் எற்றுண்டு பற்று ஒன்று
இன்றிக்
கனியைநேர் துவர்வாயார் என்னும் காலால்
கலக்குண்டு காம வான் சுறவின் வாய்ப்பட்டு
இனி என்னே உய்யும் ஆற என்று என்று
எண்ணி
அஞ்சு எழுத்தின் பணை பிடித்துக்
கிடக்கின்றேனை
முனைவனே முதல் அந்தம் இல்லா மல்லற்
கரைகாட்டி ஆட்கொண்டாய் மூர்க்கனேற்கே.
31

கேட்டு ஆரும் அறியாதான் கேடு ஒன்று
இல்லான்
கிளை இலான் கேளாதே எல்லாம் கேட்டான்
நாட்டார்கள் விழித்திருப்ப ஞாலத்து உள்ளே
நாயினுக்கு தவிசு இட்டு நாயினேற்கே
காட்டாதன எல்லாம் காட்டிப் பின்னும்
கேளாதான எல்லாம் கேட்பித்து என்னை
மீட்டேயும் பிறவாமல் காத்து ஆட்கொண்டான்
எம்பெருமான் செய்திட்ட விச்சைதானே. *32*

விச்சைதான் இது ஒப்பது உண்டோ கேட்கின்

மிகுகாதல் அடியார்தம் அடியன் ஆக்கி
அச்சம் தீர்த்து ஆட்கொண்டான் அமுதம் ஊறி
அகம் நெகவே புகுந்து ஆண்டான் அன்பு கூர
அச்சன் ஆண் பெண் அலி ஆகாசம் ஆகி
ஆர் அழல் ஆய் அந்தம் ஆய் அப்பால் நின்ற
செச்சை மலர் புரையும் மேனி எங்கள்
சிவபெருமான் எம்பெருமான் தேவா கோவே.
33

தேவர்க்கோ அறியாத தேவ தேவன்
செழும் பொழில்கள் பயந்து காத்து அழிக்கும்
மற்றை
மூவர் கோனாய் நின்ற முதல்வன் மூர்த்தி
மூதாதை மாது ஆளும் பாகத்து எந்தை
யாவர் கோன் என்னையும் வந்து ஆண்டு
கொண்டான்
யாம் ஆர்க்கும் குடி அல்லோம் யாதும்
அஞ்சோம்
மேவினோம் அவன் அடியார் அடியரோடும்
மேன்மேலும் குடைந்து ஆடி ஆடுவோமே. *34*

4. ஆத்ம சுத்தி (அறுசீர் ஆசிரிய விருத்தம்)

ஆடுகின்றிலை கூத்து உடையான் கழற்கு
அன்பு இலை என்புஉருகிப்
பாடுகின்றிலை பதைப்பதும் செய்கிலை
பணிகிலை பாதமலர்
சூடுகின்றிலை சூட்டுகின்றதும் இலை துணை
இலி பிண நெஞ்சே
தேடிகின்றிலை தெருவுதோறு அலறிலை
செய்வதொன்று அறியேனே? *35*

அறிவு இலாத எனைப்புகுந்து ஆண்டு
கொண்டு அறிவதை அருளிமேல்
நெறிஎலாம் புலம் ஆக்கிய எந்தையைப்
பந்தனை அறுப் பானைப்
பிறிவு இலாத இன் அருள் கண் பெற்றிருந்தும்
மாறி ஆடுதி பிண நெஞ்சே
கிறி எலாம் மிகக் கீழ்ப்படுத்தாய் கெடுத்தாய்
என்னைக் கெடுமாறே. *36*

மாறிநின்று எனைக் கெடக் கிடந்தனையை
எம் மிதி இலிமட நெஞ்சே
தேறுகின்றிலம் இனி உனைச் சிக்கனெக்
சிவன் அவன் திரங் கோள் மேல்
நீறு நின்றது கண்டனை ஆயினும் நெக்கிலை
இக்காயம்
கீறு நின்றிலை கெடுவது உன் பரிசு இது
கேட்கவும் கில்லேனே. *37*

கிற்றவா மனமே கெடுவாய் உடையான் அடி
நாயேனை
விற்று எலாம் மிக ஆள்வதற்கு உரியவன்

விரைமலர் திருப் பாதம்
முற்று இலா இளந்தளிர் பிரிந்திருந்து நீ
உண்டன எல்லாம்
அற்றவாறும் நின் அறிவும் நின்பெருமையும்
அளவு அறுக் கில்லேனே. *38*

அளவு அறுப்பதற்கு அரியவன் இமையவர்க்கு
அடியவர்க்கு எளியான் நம்
களவு அறுத்து நின்று ஆண்டமை கருத்தினுள்
கசிந்து உணர்ந்து இருந்தேயும்
உள கறுத்து உனை நினைந்து உளம் பெரும்
களன்
செய்ததும் இலை நெஞ்சே
பளகு அறுத்து அடையான் கழல் பணிந்திலை
பரகதி புகுவானே. *39*

புகுவ தாவதும் போதர வில்லதும் பொன்னகர்
புகப்போதற்
குகுவ தாவதும் எந்தையெம் பிரானென்னை
யாண்டவன் சுழற்கன்பு
நெகுவ தாவதும் நித்தலும் அமுதொடு
தேனொடு பால்கட்டி
மிகுவ தாவதும் இன்றெனின் மற்றிதற்
கென்செய்கேன் வினையேனே. *40*

வினையென் போலுடை யார்பிற ராருடை
யானடி நாயேனைத்
திசையின் பாகமும் பிரிவது திருக்குறிப்
பன்றுமற் றதணாலே
முனைவன் பாதநன் மலர்பிரிந்
திருந்தும்நான்முட்டிலேன் தலைகீறேன்
இனையன் பாவனை யிரும்புகல் மனஞ்செவி
யின்னதென் றறியேனே. *41*

ஏனை யாவரும் எய்திட லுற்றமற் றின்ன தென்
றறியாத
தேனை ஆன்நெயைக் கரும்பின் இன்
தேறலைச் சிவனையென் சிவலோகக்
கோனை மான்அன நோக்கிதன் கூறனைக்
குறுகிலேன் நெடுங்காலம்
ஊனை யானிருந் தோம்புகின் றேன்கெடு
வேனுயி ரோயாதே. *42*

ஒய்வி லாதன உவமனில் இறந்தன ஒண்மலர்த்
தாள்தந்து
நாயி லாகிய குலத்தினுங் கடைப்படும்
என்னைநன் னெறிகாட்டித்
தாயி லாகிய இன்னருள் புரிந்தஎன்
தலைவனை நனிகாணேன்
தீயில் வீழ்கிலேன் திண்வரை உருள்கிலேன்
செழுங்கடல் புகுவேனே. *43*

வேனில் வேள்கணை கிழித்திட மதிகெடும்
அதுதனை நினையாதே
மான்நி லாவிய நோக்கியர் படிறிடை மத்திடு
தயிராகித்
தேன்நி லாவிய திருவருள் புரிந்தவென்
சிவனகர் புகப்போகேன்
ஊனில் ஆவியை ஓம்புதற் பொருட்டினும்
உண்டுடுத் திருந்தேனே. *44*

5. கைம்மாறு கொடுத்தல் (கலிவிருத்தம்)

இருகை யானையை ஒத்திருந் தென்னுளக்
கருவை யான்கண்டி லேன் கண்ட தெவ்வமே
வருக வென்று பணித்தனை வானுளோர்க்கு
ஒருவ னேகிற்றி லேன்கிற்பன் உண்ணவே. *45*

உண்டோ ர் ஒண்பொரு ளென்றுணர்
வார்க்கெலாம்
பெண்டிர் ஆண்அலி யென்றறி யொண்கிலை
தொண்ட னேற்குள்ள வாவந்து தோன்றினாய்
கண்டுங் கண்டிலேன் என்னகண் மாயமே. *46*

மேலை வானவ ரும்மறி யாததோர்
கோல மேயெனை ஆட்கொண்ட கூத்தனே
ஞால மேவிசும் பேயிவை வந்துபோம்
கால மேயுளை யென்றுகொல் காண்பதே. *47*

காண லாம்பர மேகட் கிறந்ததோர்
வாணி லாப் பொரு ளேயிங்கொர்
பார்ப்பெனப்
பாண ளேன்படிற் றாக்கையை விட்டுனைப்
பூணு மாற்றி யேன் புலன் போற்றியே. *48*

போற்றி யென்றும் புரண்டும் புகழ்ந்தும்நின்று
ஆற்றன் மிக்கஅன் பாலழைக் கின்றிலேன்
ஏற்று வந்தெதிர் தாமரைத் தாளுறுங்
கூற்ற மன்னதொர் கொள்கையென்
கொள்கையே. *49*

கொள்ளுங் கில்லெனை யன்பரிற் கூய்ப்பணி
கள்ளும் வண்டும் அறாமலர்க்
கொன்றையான்

நள்ளுங் கீழளும் மேலுளும் யாவுளும்
எள்ளும் எண்ணெயும் போல்நின்ற எந்தையே.
50

எந்தை யாயெம் பிரான்மற்றும் யாவர்க்குந்
தந்தை தாய்தம் பிரான்தனக் கஃதிலான்
முந்தி யென்னுள் புகுந்தனன் யாவருஞ்
சிந்தை யாலும் அறிவருஞ் செல்வனே. *51*

செல்வம் நல்குர வின்றிவிண் ணோர்புழுப்
புல்வரம் பின்றி யார்க்கும் அரும்பொருள்
எல்லை யில்கழல் கண்டும் பிரிந்தனன்
கல்வ கைமனத் தேன்பட்ட கட்டமே. *52*

கட்டறுத்தெனை யாண்டுகண் ணாரநீறு
இட்ட அன்பரொ டியாவருங் காணவே
பட்டி மண்டபம் ஏற்றினை ஏற்றினை
எட்டி னோடிரண் டும் அறி யேனையே. *53*

அறிவ னேயமு தேஅடி நாயினேன்
அறிவ னாகக் கொண்டோ எனை ஆண்டது
அறிவி லாமையன் றேகண்ட தாண்டநாள்
அறிவ னோவல்ல னோஅரு ளீசனே. *54*

6. அநுபோகசுத்தி (அறுசீர் ஆசிரிய விருத்தம்)

ஈசனேயென் எம்மானே யெந்தை பெருமான் என்பிறவி
நாசனே நான் யாதுமென் றல்லாப் பொல்லா நாயான
நீசனேனை ஆண்டாய்க்கு நினைக்க மாட்டேன் கண்டாயே
தேசனேஅம் பலவனே செய்வ தொன்றும் அறியேனே. *55*

செய்வ தறியாச் சிறுநாயேன் செம்பொற் பாத மலர்காணாப்
பொய்யார் பெறும்பே றத்தனையும் பெறுதற் குரியேன் பொய்யிலா
மெய்யர் வெறியார் மலர்ப்பாதம் மேவக் கண்டுங் கேட்டிருந்தும்
பொய்ய னேன்நான் உண்டுடுத்திங் கிருப்ப தானேன் போரேறே. *56*

போரேறேநின் பொன்னகர்வாய் நீபோந்தருளி இருள்நீக்கி
வாரே றிளமென் முலையாளே டுடன்வந் தருள அருள்பெற்ற
சீரே றடியார் நின்பாதஞ் சேரக் கண்டுங் கண்கெட்ட
ஊரே றாயிங் குழல்வேணே கொடியான் உயிர்தான் உளவாதே. *57*

உலவாக் காலந் தவமெய்தி உறுப்பும் வெறுத்திங் குனைக்காண்பான்
பலமா முனிவர் நனிவாடப் பாவி யேனைப்

பணிக்கொண்டாய்
மலமாக் குரம்பை யிதுமாய்க்க மாட்டேன்
மணியே உனைக்காண்பான்
அலவா நிற்கும் அன்பிலேன்
என்கொண்டெழுகேன் எம்மானே. *58*

மானேர் நோக்கி உமையாள் பங்கா வந்திங்
காட்கொண்ட
தேனே அமுதே கரும்பின் தெளிவே சிவனே
தென்தில்லைக்
கோனே உன்தன் திருக்குறிப்புக் கூடு வார்நின்
கழல்கூட
ஊனார் புழுக்கூ டிதுகாத்திங் கிருப்ப தானேன்
உடையானே. *59*

உடையா னேநின்றனையுள்கி உள்ளம்
உருகும் பெருங்காதல்
உடையா ருடையாய் நின்பாதஞ் சேரக்
கண்டிங் கூர்நாயிற்
கடையா னேன்நெஞ் சுருகாதேன் கல்லா
மனந்தேன் கசியாதேன்
முடையா புழுக்கூ டிதுகாத்திங் கிருப்ப தாக்
முடித்தாயே. *60*

முடித்த வாறும் என்றைக்கே தக்க தேமுன்
னடியாரைப்
பிடித்த வாறுஞ் சோராமற் சோர னேனிங்
கொருத்திவாய்
துடித்த வாறுங் துகிலிறையே சோர்ந்த வாறும்
முகங்குறுவேர்
பொடித்த வாறு மிவையுணர்ந்து
கேடென்றனக்கே சூழ்ந்தேனே. *61*

தேனைப் பாலைக் கன்னலின் தெளியை
ஒளியைத் தெளிந்தார்தம்
ஊனை உருக்கும் உடையானை உம்ப ரானை
வம்பனேன்
தானின் னடியேன் நீயென்னை ஆண்டா
யென்றால் அடியேற்குத்
தானுஞ் சிரித்தே யருளலாந் தன்மை யாமென்
தன்மையே. *62*

தன்மை பிறரா லறியாத தலைவா பொல்லா
நாயன
புன்மை யேனை ஆண்டையா புறமே போக
விடுவாயோ
என்மை நோக்கு வார்யாரே என்நான்
செய்கேன் எம்பெருமான்
பொன்னே திகழுந் திருமேனி எந்தா யெங்குப்
புகுவேனே. *63*

புகுவே னெனதே நின்பாதம் போற்றும் அடியா
ருள்நின்று
நகுவேன் பண்டு தோணோக்கி நாண மில்லா
நாயினேன்
நெடுமன் பில்லை நினைக்காண
நீயாண்டருள் அடியேனுந்
தகுவ னேயென் தன்மையே எந்தாய் அந்தோ
தரியேனே. *64*

7. காருணியத்து இரங்கல் (அறுசீர் ஆசிரிய விருத்தம்)

தரிக்கிலேன் காய வாழ்க்கை சங்கரா போற்றி
வான
விருத்தனே போற்றி எங்கள் விடலையே
போற்றி ஒப்பில்
ஒருத்தனே போற்றி உம்பர் தம்பிரான் போற்றி
தில்லை
நிருத்தனே போற்றி எங்கள் நின்மலா போற்றி
போற்றி. *65*

போற்றியோ நமச்சி வாய புயங்களே மயங்கு
கின்றேன்
போற்றியோ நமச்சி சாய புகலிடம் பிறிதொன்
றில்லை
போற்றியோ நமச்சி வாய புறமெனப்
போக்கில் கண்டாய்
போற்றியோ நமச்சி வாய சயசய போற்றி
போற்றி. *66*

போற்றியென் போலும் பொய்யர் தம்மைஆட்
கொள்ளும் வள்ளல்
போற்றிநின் பாதம் போற்றி நாதனே போற்றி
போற்றி
போற்றி நின் கருணை வெள்ளம் புதுமதுப்
புவனம் நீர்தீக்
காற்றிய மானன் வானம் இருசுடர்க்
கடவுளானே. *67*

கடவுளே போற்றி யென்னைக் கண்டுகொண்
டருளு போற்றி
விடவுளே உருக்கி யென்னை ஆண்டிட

வேண்டும் போற்றி
உடலிது களைந்திட் டொல்லை உம்பர்தந்
தருளு போற்றி
சடையுளே கங்கை வைத்த சங்கரா போற்றி
போற்றி. *68*

சங்கரா போற்றி மற்றோர் சரணிலேன்
போற்றி கோலப்
பொங்கரா அல்குற் செவ்வாய் வெண்ணைக்
கரிய வாட்கண்
மங்கையோர் பங்க போற்றி மால்விடை யூர்தி
போற்றி
இங்கிவ்வாழ் வாற்ற கில்லேன் எம்பிரான்
இழித்திட்டேனே. *69*

இழித்தனன் என்னை யானே எம்பிரான்
போற்றி போற்றி
பழித்தனன் உன்னை என்னை ஆளுடைப்
பாதம் போற்றி
பிழைத்தவை பொறுக்கை எல்லாம் பெரியவர்
கடமை போற்றி
ஒழித்திடில் வாழ்வு போற்றி உம்பர்நாட
டெம்பி ரானே. *70*

எம்பிரான் போற்றி வானத் தவரவர் ஏறு
போற்றி
கொம்பரார் மருங்குல் மங்கை கூறவெண்
ணீற போற்றி
செம்பிரான் போற்றி தில்லைத் திருச்சிற்றம்
பலவ போற்றி
உம்பரா போற்றி என்னை ஆளுடை ஒருவ
போற்றி. *71*

ஒருவனே போற்றி ஒப்பில் அப்பனே போற்றி
வானோர்
குருவனே போற்றி எங்கள் கோமளக்
கொழுந்து போற்றி
வருவவென் றென்னை நின்பால் வாங்கிட
வேண்டும் போற்றி
தருகநின் பாதம் போற்றி தமியனேன் தீர்த்தே.
72

தீர்ந்தஅன் பாய அன்பர்க் கவரினும் அன்ப
போற்றி
பேர்ந்துமென் பொய்மை யாட்கொண்டருளும்
பெருமை போற்றி
வார்ந்தநஞ் சயின்று வானோர்க் கமுதமா
வள்ளல் போற்றி
ஆர்ந்தநின் பாதம் நாயேற் கருளிட வேண்டும்
போற்றி. *73*

போற்றிப் புவனம் நீர்தீர் காலொடு வான
மானாய்
போற்றியெவ் வுயிர்க்குந் தோற்றம் ஆகிநீ
தோற்ற மில்லாய்
போற்றியெல் லாவுயிரக்கும் ஈறாயீ றின்மை
யானாய்
போற்றியைம் புலன்கள் நின்னைப்
புணர்கிலாப் புணர்க்கை யானே. *74*

8. ஆனந்தத்து அழுத்தல் (எழுசீர் ஆசிரிய விருத்தம்)

புணர்ப்பது ஒக்க எந்தை என்னை ஆண்டு
பூண நோக்கினாய்
புணர்ப்பது அன்று இது என்றபோது
நின்னொடு என்னொடு என்இது ஆம்
புணர்ப்பது ஆக அன்று இது ஆக அன்பு
நின்கழல் கணே
புணர்ப்பது அது ஆக அம் கனாள் புங்கம் ஆன
போகமே. *75*

போகம் வேண்டி வேண்டிலேன் புரந்தரஆதி
இன்பமும்
ஏகநின் கழல் இணை அலாது இலேன்
எம்பிரான்
ஆகம் விண்டு கம்பம் வந்து குஞ்சி அஞ்சலிக்
கணே
ஆக என் கை கண்கள் தாரை ஆறு அது ஆக
ஐயனே. *76*

ஐய நின்னது அல்லது இல்லை மற்று ஓர் பற்று
வஞ்சனேன்
பொய் கலந்தது அல்லது இல்லை
பொய்மையேன் என்பிரான்
மை கலந்த கண்ணி பங்க வந்து நின் கழல்
கணே
மெய் கலந்த அன்பர் அன்பு எனக்கும்
ஆகவேண்டுமே. *77*

வேண்டும் நின் கழல் கண் அன்பு பொய்மை
தீர்த்து மெய்மையே
ஆண்டு கொண்டு நாயினேனை ஆவ என்று

அருளு நீ
பூண்டு கொண்டு அடியனேனும் போற்றி
போற்றி என்றும் என்றும்
மாண்டு மாண்டு வந்து வந்து மன்ன நின்
வணங்கவே. *78*

வணங்கும் நின்னை மண்ணும் விண்ணும்
வேதம் நான்கும் ஓலம் இட்டு
உணங்கும் நின்னை எய்தல் உற்று மற்று ஓர்
உண்மை இன்மையின்
வணங்கியாம் விடேங்கள் என்ன வந்து நின்று
அருளுதற்கு
இணங்கு கொங்கை மங்கை பங்க என்
கொலோ நினைப்பதே. *79*

நினைப்பது ஆக சிந்தை செல்லும் எல்லை
ஆய வாக்கினால்
திணைத் தனையும் ஆவது இல்லை சொல்லல்
ஆவ கேட்பவே
அனைத்து உலகும் ஆய நின்னை ஐம்புலன்கள்
காண்கிலா
எனைத்து எனைத்து அது எப்புறத்து அது
எந்தை பாதம் எய்தவே. *80*

எய்தல் ஆவது என்று நின்னை எம்பிரான்
இவ்வஞ்சனேற்கு
உய்தல் ஆவது உன் கண் அன்றி மற்று ஓர்
உண்மை இன்மையில்
பைதல் ஆவது என்று பாதுகாத்து இரங்கு
பாவியேற்கு
ஈது அல்லாது நின்கண் ஒன்றும் வண்ணம்
இல்லை ஈசனே. *81*

ஈசனே நீ அல்லது இல்லை இங்கும் அங்கும்
என்பதும்
பேசினேன் ஓர் பேதம் இன்மை பேதையேன்
என் எம்பிரான்
நீசனேனை ஆண்டுகொண்ட நின்மலா ஓர்
நின் அலால்
தேசனே ஓர் தேவர் உண்மை சிந்தியாது
சிந்தையே. *82*

சிந்தை செய்கை கேள்வி வாக்குச் சீர் இல்
ஐம்புலன்களால்
முந்தை ஆன காலம் நின்னை எய்திடாத
மூர்க்கனேன்
வெந்து ஐயா விழுந்திலேன் என் உள்ளம்
வெள்கி விண்டிலேன்
எந்தை ஆய நின்னை இன்னம் எய்தல் உற்று
இருப்பனே. *83*

இருப்பு நெஞ்சம் வஞ்சனேனை ஆண்டு
கொண்ட நின்னதாள்
கருப்புமட்டு வாய் மடுத்து எனைக் கலந்து
போகவும்
நெருப்பும் உண்டு யானும் உண்டு இருந்தது
உண்டது ஆயினும்
விருப்பும் உண்டு நின்கண் என்கண் என்பது
என்ன விச்சையே. *84*

9. ஆனந்த பரவரசம் (கலிநிலைத்துறை)

விச்சுக் கேடு பொய்க்கு ஆகாது என்று இங்கு
இனை வைத்தாய்
இச்சைக்கு ஆனார் எல்லாரும் வந்து உன்தாள்
சேர்ந்தார்
அச்சத்தாலே ஆழ்ந்திடுகின்றேன் ஆரூர் எம்
மிச்சைத் தேவா என் நான் செய்தேன்
பேசாயே. *85*

பேசப்பட்டேன் நின் அடியாரில் திருநீறே
பூசப்பட்டேன் பூதரால் உன் அடியான் என்று
ஏசப்பட்டேன் இனிப்படுகின்றது அமையாதால்
ஆசைப்பட்டேன் ஆட்பட்டேன் உன் அடியேனே.
86

அடியேன் அல்லேன் கொல்லோ தானெனை
ஆட்கொண்டு இலை கொல்லோ
அடியார் ஆனார் எல்லாரும் வந்து உன்தாள்
சேர்ந்தார்
செடிசேர் உடலம் இது நீக்கமாட்டேன் எங்கள்
சிவலோகா
கடியேன் உன்னைக் கண்ணாரக் காணுமாறு
காணேனே. *87*

காணுமாறு காணேன் உன்னை அந்நாள்
கண்டேனும்
பாணே பேசி என் தன்னைப் படுத்தது என்ன
பரஞ்சோதி
ஆணே பெண்ணே ஆர் அமுதே அத்தா செத்தே
போயினேன்
ஏண் நாண் இல்லா நாயினேன் என்கொண்டு
எழுகேன் எம்மானே. *88*

மான் நேர் நோக்கி உமையாள் பங்கா மறை
ஈறு அறியா மறையானே
தேனே அமுதே சிந்தைக்கு அரியாய் சிறியேன்
பிழை பொறுக்கும்
கோனே சிறிதே கொடுமை பறைந்தேன் சிவம்
மாநகர் குறுகப்
போனார் அடியார் யானும் பொய்யும் புறமே
போந்தோமே. *89*

புறமே போந்தோம் பொய்யும் யானும் மெய்
அன்பு
பெறவே வல்லேன் அல்லா வண்ணம்
பெற்றேன் யான்
அறவே நின்னைச் சேர்ந்த அடியார் மற்று
ஒன்று அறியாதார்
சிறவே செய்து வழிவந்து சிவனே நின்தான்
சேர்ந்தாரே. *90*

தாராய் உடையாய் அடியேற்கு உன்தான்
இணை அன்பு
போரா உலகம் புக்கார் அடியார் புறமே
போந்தேன் யான்
ஊர் ஆ மிலைக்கக் குருட்டு ஆமிலைத்து
இங்கு உன்தான் இணை அன்புக்கு
ஆராய் அடியேன் அயலே மயல் கொண்டு
அழுகேனே. *91*

அழுகேன் நின்பால் அன்பாம் மனம் ஆய்
அழல் சேர்ந்த
மெழுகே அன்னார் மின்ஆர் பொன் ஆர் கழல்
கண்டு
தொழுதே உன்னைத் தொடர்ந்தாரோடும்

தொடராதே
பழுதே பிறந்தேன் என் கொண்டு உன்னைப்
பணிகேனே. *92*

பணிவார் பிணி தீர்ந்து அருளிப் பழைய
அடியார்க்கு உன்
அணி ஆர் பாதம் கொடுக்கி அதுவும் அரிது
என்றால்
திணி ஆர் மூங்கில் அனையேன் வினையைப்
பொடி ஆக்கித்
தணி ஆர் பாதம் வந்து ஒல்லை தாராய்
பொய்தீர் மெய்யானே. *93*

யானே பொய் என்நெஞ்சும் பொய் என்
அன்பும் பொய்
ஆனால் வினையேன் அழுதால் உன்னைப்
பெறலாமே
தேனே அமுதே கரும்பின் தெளிவே தித்திக்கும்
மானே அருளாய் அடியேன் உனை வந்து
உறுமாறே. *94*

***10.* ஆனந்த அதீதம் (எண்சீர் ஆசிரிய விருத்தம்)**

மாறு இலாத மாக் கருணை வெள்ளமே
வந்து முந்தி நின்மலர் கொள்தாள் இணை
வேறு இலாப் பதம் பரிசு பெற்ற நின்
மெய்ம்மை அன்பர் உன் மெய்ம்மை
மேவினார்
ஈறு இலாத நீ எளியை ஆகி வந்து
ஒளி செய் மானுடம் ஆக நோக்கியும்
கீறு இலாத நெஞ்சு உடையேன் ஆயினன்
கடையன் நாயினன் பட்ட கீழ்மையே. *95*

மை இலங்கு நல் கண்ணிப் பங்கனே
வந்து என்னைப் பணிகொண்ட பின்மழக்
கை இலங்கு பொன் கிண்ணம் என்று அலால்
அரியை என்று உனைக் கருது கின்றேன்
மெய் இலங்கு வெண் நீற்று மேனியாய்
மெய்ம்மை அன்பர் உன் மெய்ம்மை
மேவினார்
பொய் இலங்கு எனைப் புகுதவிட்டு நீ
போவதோ சொலாய் பொருத்தம் ஆவதே. *96*

பொருத்தம் இன்மையேன் வஞ்சம்
உண்மையேன்
போதஎன்றுஎனைப் புரிந்து நோக்கவும்
வருத்தம் இன்மையேன் வஞ்சம்
உண்மையேன்
மாண்டிலேன் மலர்க் கமல பாதனே
அரத்த மேனியாய் அருள் செய் அன்பரும்
நீயும் அங்கு எழுந்தருளி இங்கு எனை
இருத்தினாய் முறையோ என் எம்பிரான்

வம்பனேன் வினைக்கு இறுதி இல்லையே. *97*

இல்லை நின் கழற்கு அன்பு அது என் கணே
ஏலம் ஏலும் நல் குழலி பங்கனே
கல்லை மென்கனி ஆக்கும் விச்சை கொண்டு
என்னை நின் கழற்கு அன்பன் ஆக்கினாய்
எல்லை இல்லை நின் கருணை எம்பிரான்
ஏதுகொண்டு நான் ஏது செய்யினும்
வல்லையே எனக்கு இன்னும் உன் கழல்
காட்டி மீட்கவும் மறு இல் வானனே. *98*

வான நாடரும் அறி ஒணாத நீ
மறையில் ஈறும் முன் தொடர் ஒணாத நீ
ஏனை நாடரும் தெரி ஒணாத நீ
என்னை இன்னிதாய் ஆண்டு கொண்டவா
ஊனை நாடகம் ஆடு வித்தவா
உருகி நான் உனைப் பருக வைத்தவா
ஞான நாடகம் ஆடு வித்தவா
நைய வையகத்து உடைய விச்சையே. *99*

விச்சு அது இன்றியே விளைவமு செய்குவாய்
விண்ணும் மண்ணகம் முழுதும் யாவையும்
வைச்சு வாங்குவாய் வஞ்சகப் பெரும்
புலையனேனை உன்கோயில் வாயிலிற்
பிச்சன்ஆக்கினாய் பெரிய அன்பருக்கு
உரியன் ஆக்கினாய் தாம் வளர்த்தது ஓர்
நச்சு மாமரம் ஆயினும் கொலார்
நானும் அங்கனே உடைய நாதனே. *100*

உடைய நாதனே போற்றி நின் அலால்
பற்று மற்று எனக்கு ஆவது ஒன்று இனி
உடையனே பணி போற்றி உம்பரார்

தம் பராபரா போற்றி யாரினும்
கடையன் ஆயினேன் போற்றி என் பெரும்
கருணையாளனே போற்றி என்னை நின்
அடியன் ஆக்கினாய் போற்றி ஆதியும்
அந்தம் ஆயினாய் போற்றி அப்பனே. *101*

அப்பனே எனக்கு அமுதனே ஆனந்தனே
அகம்நெக அள் ஊறு தேன்
ஒப்பனே உனக்கு அரிய அன்பரில்
உரியனாய் உனைப் பருக நின்றது ஓர்
துப்பனே சுடர் முடியனே துணை
யாளனே தொழும்பாளர் எய்ப்பனில்
வைப்பனே எனை வைப்பதோ சொலாய்
நைய வையகத்து எங்கள் மன்னனே. *102*

மன்ன எம்பிரான் வருக என் எனை
மாலும் நான்முகத்து ஒருவன் யாரினும்
முன்ன எம்பிரான் வருக என் எனை
முழுதும் யாவையும் இறுதி உற்ற நான்
பின்ன எம்பிரான் வருக என் எனைப்
பெய் கழற் கண் அன்பாய் என் நாவினால்
பன்ன எம்பிரான் வருக என் எனைப்
பாவ நாச நின் சீர்கள் பாடவே. *103*

பாடவேண்டும் நான் போற்றி நின்னையே
பாடிநைந்துநைந்துறுகி நெக்குநெக்கு
ஆடவேண்டும் நான் போற்றி அம்பலத்
தாடுநின்கழற்போது நாயினேன்
கூடவேண்டும் நான்போற்றி யிப்புழுக்
கூடு நீக்கெனைப் போற்றி பொய்யெலாம்
வீடவேண்டும் நான் போற்றி வீடுதந்
தருளு போற்றிநின் மெய்யர் மெய்யனே. *104*

திருச்சிற்றம்பலம்

6. நீத்தல் விண்ணப்பம்

(திருஉத்தரகோசமங்கையில் அருளியது-
கட்டளைக் கலித்துறை)

கடையவ னேனக் கருணையி னாற் கலந்
தாண்டுகொண்ட
விடையவ னேவிட் டிடுதிகண்டாய்விறல்
வேங்கையின் தோல்
உடையவ னே மன்னும்
உத்தரகோசமங்கைக்கரசே
சடையவ னேதளர்ந் தேன்எம் பிரான்என்னைத்
தாங்கிக்கொள்ளே. *105*

கொள்ளார் பிளவக லாத்தடங் கொங்கையர்
கொவ்வைச்செவ்வாய்
விள்ளேன் எனினும் விடுதிகண்டாய்
விழுத்தொழுப்பின்
உள்ளேன் புறமல்லேன் உத்தர கோசமங்
கைக்கரசே
கள்ளேன் ஒழியவும்
கண்டுகொண்டாண்டதெக் காரணமே. *106*

காருறு கண்ணியர் ஐம்புலன் ஆற்றங்
கரைமரமாய்
வேருறு வேனை விடுதிகண்டாய்
விளங்குந்திருவார்
ஊருறை வாய்மன்னும் உத்தரகோசமங்கைக்
கரசே
வாருறு பூண்முலை யாள்பங்க என்னை
வளர்ப்பவனே. *107*

வளர்கின்ற நின்கருணைக்கையில் வாங்கவும்
நீங்கியிப்பால்

மிளிர்கின்ற என்னை விடுதிகண்டாய்
வெண்மதிக்கொழுந்தொன்று
ஒளிர்கின்ற நீள்முடி
உத்தரகோசமங்கைக்கரசே
தெளிகின்ற பொன்னுமின் னும்
அன்னதோற்றச் செழுஞ்சுடரே. *108*

செழிகின்ற தீப்புகு விட்டிலின் சில்
மொழியாரில் பல்நாள்
விழுகின்ற என்னை விடுதி கண்டாய் வெறி
வாய் அறுகால்
உழுகின்ற பூமுடி உத்தரகோசமங்கைக்கு
அரசே
வழிநின்று நின் அருள் ஆர் அமுது ஊட்ட
மறுத்தனனே. *109*

மறுத்தனன் யான் உன் அருள் அறியாமையின்
என் மணியே
வெறுத்து எனை நீ விட்டிடுதி கண்டாய்
வினையின் தொகுதி
ஒறுத்து எனை ஆண்டுகொள் உத்தர கோச
மங்கைக்கு அரசே
பொறுப்பார் அன்றே பெரியோர் சிறுநாய்கள்
தம் பொய்யினையே. *110*

பொய்யவனேனைப் பொருள் என ஆண்டு
ஒன்று பொத்திக் கொண்ட
மெய்யவனே விட்டிடுதி கண்டாய் விடம்
உண்மிடற்று
மையவனே மன்னும் உத்தரகோச மங்கைக்கு
அரசே
செய்யவனே சிவனே சிறியேன் பவம்
தீர்ப்பவனே. *111*

தீர்க்கின்றவாறு என் பிழையை நின்சீர் அருள்
என்கொல்என்று
வேர்க்கின்ற என்னை விடுதி கண்டாய்
விரவார் வெருவ
ஆர்க்கின்ற தார்விடை உத்தரகோச
மங்கைக்கு அரசே
ஈர்க்கின்ற அஞ்சொடு அச்சம் வினையேனை
இருதலையே. *112*

இருதலைக்கொள்ளியன் உள்எறும்பு ஒத்து
நினைப்பிரிந்த
விரிதலையேனை விடுதி கண்டாய் வியன்
மூவுலகுக்கு
ஒருதலைவா மன்னும் உத்தரகோச
மங்கைக்கு அரசே
பொருதரு மூவிலைவேல் வலன் ஏந்திப்
பொலிபவனே. *113*

பொலிகின்ற நின்தாள் புகுதப் பெற்று
ஆக்கையைப் போக்கப் பெற்று
மெலிகின்ற என்னை விடுதி கண்டாய்
அளிதேர் விளிரி
ஒலிகின்ற பூம்பொழில் உத்தரகோச
மங்கைக்கு அரசே
வலி நின்ற திண்சிலையால் எரித்தாய் புரம்
மாறுபட்டே. *114*

மாறுபட்டு அஞ்சு என்னை வஞ்சிப்ப
யான்உன்மணி மலர்த்தாள்
வேறுபட்டேனை விடுதி கண்டாய்
வினையேன் மனத்தே
ஊறும் மட்டே மன்னும் உத்தரகோச

மங்கைக்கு அரசே
நீறுபட்டே ஒளி காட்டும் பொன்மேனி
நெடுந்தகையே. *115*

நெடுந்தகை நீ என்னை ஆட்கொள்ள யான்
ஐம்புலன்கள் கொண்டு
விடும் தகையேனை விடுதி கண்டாய் விரவார்
வெருவ
அடும்தகை வேல்வல்ல உத்தரகோச
மங்கைக்கு அரசே
கடும் தகையேன் உண்ணும் தெள்நீர் அமுதப்
பெருங்கடலே. *116*

கடலினுள் நாய் நக்கி அங்கு உன் கருணைக்
கடலின் உள்ளம்
விடல் அரியேனை விடுதி கண்டாய் விடல் இல்
அடியார்
உடல் இலமே மன்னும் உத்தரகோச
மங்கைக்கு அரசே
மடலின் மட்டே மணியே அமுதே என்மது
வெள்ளமே. *117*

வெள்ளத்துள் நாவற்றி ஆங்கு உன் அருள்
பெற்றுத் துன்பத்து இன்றும்
விள்ளக்கிலேனை விடுதி கண்டாய் விரும்பும்
அடியார்
உள்ளத்து உள்ளாய் மன்னும் உத்தரகோச
மங்கைக்கு அரசே
கள்ளத்து உளேற்கு அருளாய் களியாத களி
எனக்கே. *118*

களிவந்த சிந்தையோடு உன் கழல் கண்டும்
கலந்தருள

வெளிவந்திலேனை விடுதி கண்டாய் மெய்ச்
சுடருக்கு எல்லாம்
ஒளிவந்த பூம்கழல் உத்தரகோச மங்கைக்கு
அரசே
அளிவந்த எந்தைபிரான் என்னை ஆளுடை
என் அப்பனே. *119*

என்னை அப்பா அஞ்சல் என்பவர் இன்றி
நின்று எய்த்து அலைந்தேன்
மின்னை ஒப்பாய் விட்டிடுதி கண்டாய்
உவமிக்கின் மெய்யே
உன்னை ஒப்பாய் மன்னும் உத்தரகோச
மங்கைக்கு அரசே
அன்னை ஒப்பாய் எனக்கு அத்தன் ஒப்பாய்
என் அரும் பொருளே. *120*

பொருளே தமியேன் புகல் இடமே நின் புகழ்
இகழ்வார்
வெருளே எனை விட்டிடுதி கண்டாய்
மெய்ம்மையார் விழுங்கும்
அருளே அணி பொழில் உத்தரகோச
மங்கைக்கு அரசே
இருளே வெளியே இகம் பரம் ஆகி
இருந்தவனே. *121*

இருந்து என்னை ஆண்டுகொள் விற்றுக்கொள்
ஒற்றிவை என்னின் அல்லால்
விருந்தினனேனை விடுதி கண்டாய் மிக்க
நஞ்சு அமுதாய்
அருந்தினனே மன்னும் உத்திரகோச
மங்கைக்கு அரசே
மருந்தினனே பிறவிப் பிணிப்பட்டு
மடங்கினர்க்கே. *122*

மடங்களன் வல்வினைக் காட்டை நின்மன்
அருள் தீக் கொளுவும்
விடங்க என்தன்னை விடுதிகண்டாய் என்
பிறவியை வேர்
ஒடுங்களைந்து ஆண்டுகொள் உத்தரகோச
மங்கைக்கு அரசே
கொடும் கரிக்குன்று உரித்து அஞ்சுவித்தாய்
வஞ்சிக் கொம்பினையே. *123*

கொம்பர் இல்லாக் கொடிபோல அலமந்தனன்
கோமளமே
வெம்புகின்றேனை விடுதிகண்டாய் விண்ணர்
நண்ணுகில்லா
உம்பர் உள்ளாய் மன்னும் உத்தரகோச
மங்கைக்கு அரசே
அம்பரமே நிலனே அனல் காலொடு அப்பு
ஆனவனே. *124*

ஆனைவெம் போரில் குறும் தூறு
எனப்புலனால் அலைப்புண்
டேனை எந்தாய் விட்டிடுதி கண்டாய்
வினையேன் மனத்துத்
தேனையும் பாலையும் கன்னலையும்
அமுத்தையும் ஒத்து
ஊனையும் என்பினையும் உருக்காநின்ற
ஒண்மையனே. *125*

ஒண்மையனே திருநீற்றை உத்தூளித்து ஒளி
மிளிரும்
வெண்மையனே விட்டிடுதி கண்டாய் மெய்
அடியவர்கட்கு
அண்மையனே என்றும் சேயாய் பிறர்க்கு

அறிதற்கு அரிதாம்
பெண்மையனே தொன்மை ஆண்மையனே
அலிப் பெற்றியனே. *126*

பெற்றது கொண்டு பிழையே பெருக்கிச்
சுருக்கும் அன்பின்
வெற்று அடியேனை விடுதி கண்டாய் விடிலோ
கெடுவேன்
மற்று அடியேன் தன்னைத் தாங்குநர் இல்லை
என்வாழ்முதலே
உற்று அடியேன் மிகத் தேறி நின்றேன் எனக்கு
உள்ளவனே. *127*

உள்ளவே நிற்க இல்லன செய்யும் மையல்
துழனி
வெள்ளன் அலேனை விடுதி கண்டாய் வியன்
மாத்தடக்கைப்
பொள்ளல் நல் வேழத்து விரியாய் புலன் நின்
கண் போதல் ஒட்டா
மெள்ளனவே மொய்க்கும் நெய்க்குடம்
தன்னை எறும்பு எனவே. *128*

எறும்பிடை நாங்கூழ் எனப்புலனால்
அரிப்புண்டு அலந்த
வெறும் தமியேனை விடுதி கண்டாய் வெய்ய
கூற்று ஒடுங்க
உறும் கடிப்போது அவையே உணர்வு உற்றவர்
உம்பர் உம்பர்
பெறும் பதமே அடியார் பெயராத
பெருமையனே. *129*

பெருநீர் அறச் சிறுமீன் துவண்டு ஆங்கு
நினைப் பிரிந்த

வெருநீர் மையேனை விடுதி கண்டாய் வியன்
கங்கை பொங்கி
வரும்நீர் மடுவுள் மலைச்சிறு தோணி வடிவின்
வெள்ளைக்
குருநீர் மதிபொதியும் சடை வானக் கொழு
மணியே. *130*

கொழுமணியேர் நகை யார்கொங்கைக்
குன்றிடைச் சென்றுகுன்றி
விழுமடி யேனை விடுதிகண்டாய் மெய்ம்
முழுதுங்கம்பித்து
அழுமடி யாரிடை யார்த்துவைத் தாட்கொண்
டருளியென்னைக்
கழுமணி யேயினனுங் காட்டுகண்டாய் நின்
புலன்கழலே. *131*

புலன்கள் திகைப்பிக்க யானுந்
திகைத்திங்கொர் பொய்ந்நெறிக்கே
விலங்குகின் றேனை விடுதிகண்டாய்
விண்ணும் மண்ணுமெல்லாய்
கலங்குமுந் நீர்நஞ் சமுதுசெய் தாய்க்கு
கருணாகரனே
துலங்குகின்றேனடி யேனுடையாயென்
தொழுகுலமே. *132*

குலங்களைந் தாய்களைந் தாய்என்னைக்
குற்றங்கொற் றச்சிலையாம்
விலங்கலெந் தாய்விட்
டிடுதிகண்டாய்பொன்னின் மின்னுகொன்றை
அலங்கலந் தாமரை மேனியிப் பாவொப்பி
லாதவனே
மலங்களைத் தாற்கழல் வன்தயிரிற்பொரு
மத்துறவே. *133*

மத்தறு தண்தயி ரிற்புலன் தீக்கது வக்கலங்கி
வித்தறு வேனை விடுதிகண்டாய்
வெண்டலையிலைச்சிக்
கொத்தறு போது மிலைந்து குடர்நெடு
மாலைசுற்றித்
தத்தறு நீறுட னாரச் செஞ்சாந்தணி
சச்சையனே. *134*

சச்சையனே மிக்க தண்புனல் விண்கால்
நிலம்நெருப்பாம்
விச்சையனே விட்டிடுதிகண்டாய் வெளியாய்
கரியாய்
பச்சையனே செய்ய மேனியனெ யொண்பட
அரவக்
கச்சையனே கடந்தாய்தடந்தாள அடற்கரியே.
135

அடற்கரி போல்ஐம்புலன்களுக்கஞ்சி அழிந்த
என்னை
விடற்கரியாய் விட்டிடுதி கண்டாய்
விழுத்தொண்டர்கல்லால்
தொடற்கரியாய் சுடர் மாமணியே கடு
தீச்சுழலக்
கடற்கரி தாயெழு நஞ்சமு தாக்குங்
கறைக்கண்டனே. *136*

கண்டது செய்து கருணைமட்டுப்பரு
கிக்களித்து
மிண்டுகின்றேனை விடுதிகண்டாய் நின்
விரைமலர்த்தாள்
பண்டுதந்தாற்போற் பணித்துப் பணிசெயக்
கூவித்தென்னைக்

கொண்டெனெந் தாய்களை யாய் களையாய
குதுகுதுப்பே. *137*

குதுகுதுப்பின்றி றென்குறிப்பேசெய்து
நின்குறிப்பில்
விதுவிதுப் பேனை விடுதிகண்டாய்விரை
யார்ந்தினிய
மதுமதுப் போன்றென்னை வாழைப்பழத்தின்
மனங்கனிவித்து
எதிர்வதெப் போது பயில்வி கயிலைப்
பரம்பரனே. *138*

பரம்பரனே நின்பழஅடி யாரொடும் என்படிறு
விரும்பரனே விட்டிடுதி கண்டாய்மென்
முயற்கறையின்
அரும்பர நேர்வைத் தணிந்தாய் பிறவியை
வாயரவம்
பொரும்பெரு மான்வினை யேன்மனம்
அஞ்சிப் பொதும்புறவே. *139*

பொதும்புறு தீப்போற் புகைந்தெரியப்புலன்
தீக்கதுவ
வெதும்புறுவேனை விடுதி கண்டாய் விரை
யார் நறவம்
ததும்புமந் தாரத்தில் தாரம் பயின்றுமந்
தம்முரல்வண்டு
அதும்புங் கொழுந்தேன் அவிர்சடை வானத்
தடலரைசே. *140*

அரைசே அறியாச் சிறியேன் பிழைக்கஞ்ச
லென்னினல்லால்
விரைசேர் முடியாய் விடுதிகண்டாய் வெண்
ணகைக்கருங்கண்

திரைசேர் மடந்தை மணந்த திருப்பொற்
பதப்புயங்கா
வரைசேர்ந் தடர்ந்தென்ன வல்வினை தான்
வந் தடர்வனவே. *141*

அடர்புலனால் நிற் பிரிந்தஞ்சி அஞ்சொல்
நல்லாரவர்தம்
விடர்விட லேனை விடுதிகண்டாய் விரிந்
தேயெரியுஞ்
சுடரனை யாய் சுடு காட்டரசே தொழும்
பர்க்கமுதே
தொடர்வரி யாம் தமியேன் தனி நீக்குந்
தனித்துணையே. *142*

தனித்துணை நீநிற்க யான் தருக்கித்தலை
யால் நடந்த
வினைத்துணை யேனை விடுதிகண்டாய்
வினை யேனுடைய
மனத்துணை யேஎன்தன் வாழ்முதலே எனக்
கெய்ப்பில்வைப்பே
தினைத்துணை யேனும் பொறேன்
துயராக்கையின் திண்வலையே. *143*

வலைத்தலை மானன்ன நோக்கியர் நோக்கின்
வலையிற்பட்டு
மிலைத்தலைந் தேனை விடுதிகண்டாய்
வெண்மதியின் ஒற்றைக்
கலைத்தலை யாய் கருணாகரனே கயிலாய
மென்னும்
மலைத்தலை வாமலை யாம்மணவாள என்
வாழ்முதலே. *144*

முதலைச் செவ் வாய்ச்சியர்

வேட்கைவெந்நீரிற் கடிப் பமூழ்கி
விதலைச் செய்வேனை விடுதிகண்டாய் விடக்
கூன்மிடைந்த
சிதலைச் செய்காயம் பொறேன் சிவனே
முறையோ முறையோ
திதலைச் செய்பூண்முலை மங்கைபங்கா
என்சிவகதியே. *145*

கதியடி யேற்குன் கழல்தற்தருளவும்
ஊன்கழியா
விதியடி யேனை விடுதிகண்டாய்
வெண்தலைமுழையிற்
பதியுடை வாளரப் பார்த்திறை பைத்துச்
சுருங்க அஞ்சி
மதிநெடு நீரிற் குளித்தொளிக் குஞ்சடை
மன்னவனே. *146*

மன்னவனே யொன்று மாற்றியாச்சிறியேன்
மகிழ்ச்சி
மின்னவனே விட்டிடுதி கண்டாய் மிக்க
வேதமெய்ந்நூல்
சொன்னவனே சொற் கழிந்தவனே கழியாத்
தொழும்பர்
முன்னவனே பின்னும் ஆனவனேயிம்
முழுதையுமே. *147*

முழுதயில் வேற்கண்ணியரென்னும் மூரித்
தழல்முழுதும்
விழுதனை யேனை விடுதிகண்டாய்
நின்வெறி மலர்த்தாள்
தொழுதுசெல்வான்நல்தொழும்பரிற் கூட்டிடு
சோத்தெம்பிரான்
பழுதுசெய்வேனை விடேலுடையாய்

உண்ணைப் பாடுவனே. *148*

பாடிற்றிலேன் பணியேன் மணிநீயொளித்
தாய்க்குப்பச்சூன்
வீடிற்றிலேனை விடுதிகண்டாய் வியற்
தாங்கலறித்
தேடிற்றிலேன் சிவனெவ்விடத்தான்எவர்
கண்டனரென்று
ஓடிற்றிலேன் கிடந்துள்ளுருகேன்
நின்றுழைத்தனனே. *149*

உழைதரு நோக்கியர் கொங்கைப்
பலாப்பழத்து ஈயினொப்பாய்
விழைதரு வேனை விடுதிகண்டாய் விடின்
வேலைநஞ்சுண்
மழைதரு கண்டன் குணமிலி மானிடன்
தேய்மதியன்
பழைதரு மாபரனேன்றென் றறைவன்
பழிப்பினையே. *150*

பழிப்பில்நின் பாதப் பழந்தொழும் பெய்தி
விழப்பழித்து
விழித்திருந் தேனை விடுதிகண்டாய்
வெண்மணிப்பணிலம்
கொழித்துமந்தார மந்தாகினி நுந்தும்பந்
தப்பெருமை
தழிச்சிறை நீரிற் பிறைக்கலஞ் சேர் தரு
தாரவனே. *151*

தாரகை போலும் தலைத்தலை மாலைத்
தழலரப்பூண்
வீரஎன் தன்னை விடுதிகண்டாய்
விடிலென்னைமிக்கார்

ஆரடி யானென்னின் உத்தரகோச
மங்கைக்கரசின்
சீரடி யாரடி யானென்று நின்னைச்
சிரிப்பிப்பனே. *152*

சிரிப்பிப்பின் சீறும் பிழைப்பைத்
தொழும்பையும் ஈசற் கென்று
விரப்பிப்ப னென்னை விடுதிகண்டாய் விடின்
வெங்கரியின்
உரிப்பிச்சன் தோலுடைப்
பிச்சன்நஞ்சூண்பிச்சன் ஊர்ச்சுடுகாட்டு
எரிப்பிச்சன் என்னையும்ஆளுடைப்
பிச்சனென் றேசுவனே. *153*

ஏசினும் யானுன்னை யேத்தினும்
என்பிழைக்கே குழைந்து
வேசறு வேனை விடுதிகண்டாய் செம்பவள
வெற்பின்
தேகடை யாயென்னை ஆளுடையாய் சிற்
றுயிர்க் கிரங்கிக்
காய்சின ஆலமுண்டாய் அமுதுண்ணக்
கடையவனே. *154*

திருச்சிற்றம்பலம்

7. திருவெம்பாவை

(திருவண்ணாமலையில் அருளியது - சக்தியை வியந்தது)
(வெண்டளையான் வந்த இயற்றவிணை கொச்சகக் கலிப்பா)

ஆதியும் அந்தமும் இல்லா அரும்பெருஞ்
சோதியை யாம்பாடக்கேட்டேயும்
வாள்தடங்கள்
மாதே வளருதியோ வன்செவியோ
நின்செவிதான்
மாதேவன்வார்கழல்கள் வாழ்த்திய
வாழ்த்தொலிபோய்
வீதிவாய்க் கேட்டலுமே விம்மிவிம்மி
மெய்மறந்து
போதார் அமளியின்மேல் நின்றும் புரண்டு
இங்ஙன்
ஏதேனும் ஆகாள் கிடந்தாள் என்னே என்னே
ஈதே எந்தோழி பரிசேலோர் எம்பாவாய். *155*

பாசம் பரஞ்சோதிக்கு அன்பாய்
இராப்பகல்நாம்
பேசும்போ தெப்போ(து) இப் போதார்
அமளிக்கே
நேசமும் வைத்தனையோ நேரிழையாய்
நேரிழையீர்
சீசி இவையுஞ் சிலவோ விளையாடி
ஏசு மிடம்ஈதோ விண்ணோர்கள் ஏத்துதற்குத்
கூசும் மலர்ப்பாதம் தந்தருள வந்தருளும்
தேசன் சிவலோகன் தில்லைச்சிற்
றம்பலத்துள்
ஈசனார்க் கன்பார்யாம் ஆரேலோர்
எம்பாவாய். *156*

முத்தன்ன வெண்நகையாய் முன்வந்
தெதிரெழுந்தென்
அத்தன் ஆனந்தன் அமுதன் என்று அள்ளூறித்
தித்திக்கப் பேசுவாய் வந்துன் கடைதிறவாய்
பத்துடையீர் ஈசன் பழ அடியீர் பாங்குடையீர்
புத்தடியோம் புன்மைதீர்த்து ஆட்கொண்டாற்
பொல்லாதோ
எத்தோநின் அன்புடைமை எல்லோம்
அறியோமோ
சித்தம் அழகியார் பாடாரோ நஞ்சிவனை
இத்தனையும் வேண்டும் எமக்கேலோர்
எம்பாவாய். *157*

ஒண்ணித் திலநகையாய் இன்னம்
புலர்ந்தின்றோ
வண்ணக் கிளிமொழியார் எல்லோரும்
வந்தாரோ
எண்ணிக்கொண்டுள்ளவா சொல்லுகோம்
அவ்வளவும்
கண்ணைத் துயின்றவமே காலத்தைப்
போக்காதே
விண்ணுக் கொருமருந்தை வேத
விருப்பொருளைக்
கண்ணுக்கு இனியானைப் பாடிக்
கசிந்துள்ளம்
உண்ணெக்கு நின்றுருக யாம்மாட்டொம்
நீயேவந்து
எண்ணிக் குறையில் துயிலேலோர்
எம்பாவாய். *158*

மாலறியா நான்முகனுங் காணா மலையினை
நாம்

போலறிவோம் என்றுள்ள பொக்கங்க
ளேபேசும்
பாலாறு தேன்வாய்ப் படிறீ கடைதிறவாய்
ஞாலமே விண்ணே பிறவே அறிவரியான்
கோலமும் நம்மைஆட் கொண்டருளிக்
கோதாட்டுஞ்
சீலமும் பாடிச் சிவனே சிவனேயென்(று)
ஓலம் இடினும் உணராய் உணராய்காண்
ஏலக் குழலி பரிசேலோர் எம்பாவாய். *159*

மானே நீ நென்னலை நாளை வந்துங்களை
நானே எழுப்புவன் என்றலும் நாணாமே
போன திசைபகராய் இன்னம் புலர்ந்தின்றோ
வானே நிலனே பிறவே அறிவரியான்
தானேவந் தெம்மைத் தலையளித்து
ஆட்கொண்டருளும்
வான்வார் கழல்பாடி வந்தோர்க்குன்
வாய்திறவாய்
ஊனே உருகாய் உனக்கே உறும் எமக்கும்
ஏனோர்க்குந் தங்கோனைப் பாடேலோ
ரெம்பாவாய். *160*

அன்னே இவையுஞ் சிலவோ பலவமரர்
உன்னற்கு அரியான் ஒருவன் இருஞ்சீரான்
சின்னங்கள் கேட்பச் சிவனென்றே
வாய்திறப்பாய்
தென்னா என்னா முன்னம் தீசேர்
மெழுகுஒப்பாய்
என்னானை என்அரையன் இன்னமுதுஎன்று
எல்லாமும்
சொன்னோம்கேள் வெவ்வேறாய் இன்னம்
துயிலுதியோ
வன்னெஞ்சப் பேதையர்போல் வாளா

கிடத்தியால்
என்னே துயிலின் பரிசேலோர் எம்பாவாய். *161*

கோழி சிலம்புச் சிலம்பும் குருகுஎங்கும்
ஏழில் இயம்ப இயம்பும்வெண் சங்குஎங்கும்
கேழில் பரஞ்சோதி கேழில் பரங்கருணை
கேழில் விழுப்பொருள்கள் பாடினோம்
கேட்டிலையோ
வாழிஈ தென்ன உறக்கமோ வாய்திறவாய்
ஆழியான் அன்புடைமை ஆமாறும்
இவ்வாறோ
ஊழி முதல்வனாய் நின்ற ஒருவனை
ஏழைபங் காளனையே பாடேலோர்
எம்பாவாய். *162*

முன்னைப் பழம்பொருட்கும் முன்னைப்
பழம்பொருளே
பின்னைப் புதுமைக்கும் போத்தும் அப்
பெற்றியனே
உன்னைப் பிரானாகப் பெற்றவுன் சீரடியோம்
உன்னடியார் தாள்பணிவோம் ஆங்கவர்க்கே
பாங்காவோம்
அன்னவரே எம்கணவர் ஆவர் அவர்உகந்து
சொன்ன பரிசே தொழும்பாய்ப் பணி
செய்தோம்
இன்ன வகையே எமக்கு எம்கோன்
நல்குதியேல்
என்ன குறையும் இலோம்ஏலார் எம்பாவாய்.
163

பாதாளம் ஏழினும்கீழ் சொற்கழிவு பாதமலர்
போதார் புனைமுடியும் எல்லாப்
பொருள்முடிவே

பேதை ஒருபால் திருமேனி ஒன்று அல்லன்
வேதமுதல் விண்ணோரும் மண்ணும்
துதித்தாலும்
ஓத உலவா ஒருதோழன் தொண்டர்உளன்
கோதில் குலத்தான் றன் கோயில்
பிணாப்பிள்ளைகாள்
ஏதவன்ஊர் ஏதவன்பேர் ஆர்உற்றார்
ஆர்அயலார்
ஏதவரைப் பாடும் பரிசேலார் எம்பாவாய். *164*

மொய்யார் தடம் பொய்கை புக்கு
முகேர்என்னக்
கையாற் குடைந்து குடைந்துஉன் கழல்பாடி
ஐயா வழியடி யோம் வாழ்ந்தோம் காண் ஆர்
அழல்போற்
செய்யா வெண்ணீறாடி செல்வ சிறுமருங்குல்
மையார் தடங்கண் மடந்தை மணவாளர்
ஐயாநீ ஆட்கொண்டு அருளும் விளையாட்டின்
உய்வார்கள் உய்யும் வகையெல்லாம்
உயர்ந்தொழிந் தோங்
எய்யாமற் காப்பாய் எமையேலோர்
எம்பாவாய். *165*

ஆர்த்த பிறவித் துயர்கெடநாம் ஆர்த்துஆடும்
தீர்த்தன் நற் றில்லைச் சிற்றம்பலத்தே
தீயாடும்
கூத்தன்இவ்வானும் குவலயமும் எல்லாமும்
காத்தும் படைத்தும் கரந்தும் விளையாடி
வார்த்தையும் பேசி வளைசிலம்ப
வார்கலைகள்
ஆர்ப்பரவம் செய்ய அணி குழல்மேல்
வண்டார்ப்பப்
பூத்திகழும் பொய்கை குடைந்துஉடையான்

பொற்பாதம்
ஏத்தி இருஞ்சுனைநீர் ஆடேலோர் எம்பாவாய்.
166

பைங்குவளைக் கார்மலரால் செங்கமலப்
பைம்போதால்
அங்கம் குருகினத்தால் பின்னும் அரவத்தால்
தங்கள் மலம்கழுவு வார் வந்து சார்தலினால்
எங்கள் பிராட்டியும் எங்கோனும் போன்று
இசைந்த
பொங்கும் மடுவில் புகப்பாய்ந்து பாய்ந்துநம்
சங்கம் சிலம்பச் சிலம்பு கலந்துஆர்ப்பப்
கொங்கைகள் பொங்கப் குடையும்
புனல்பொங்கப்
பங்கயப் பூம்புனல்பாய்ந் தாடேலோர்
எம்பாவாய். *167*

காதார் குழையாடப் பைம்பூண் கலனாடக்
கோதை குழலாட வண்டின் குழாம் ஆடச்
சீதப் புனல்ஆடிச் சிற்றம் பலம்பாடி
வேதப் பொருள்பாடி அப்பொருளா மாபாடி
சோதித்திறம்பாடி சூழ்கொன்றைத் தார்பாடி
ஆதி திறம்பாடி அந்தமா மாபாடிப்
பேதித்து நம்மை வளர்த்துஎடுத்த
பெய்வதைதன்
பாதத் திறம்பாடி ஆடேலோர் எம்பாவாய். *168*

ஓரொருகால் எம்பெருமான் என்றென்றே
நம்பெருமான்
சீரொருகால் வாய் ஓவாள் சித்தம் களிகூர
நீரொருகால் ஓவா நெடுந்தாரை கண்பனிப்பப்
பாரொருகால் வந்தனையான்
விண்ணோரைத் தான் பணியாள்

பேரரையற்கு இங்ஙனே பித்துஒருவர்
ஆமாறும்
ஆர்ஒருவர் இவ்வண்ணம் ஆட்கொள்ளும்
வித்தகர் தாள்
வாருருவப் பூண்முலையீர் வாயார நாம்பாடி
ஏருருவப் பூம்புனல்பாய்ந்து ஆடேலோர்
எம்பாவாய். *169*

முன்னிக் கடலைச் சுருக்கி எழுந்துஉடையான்
என்னத் திகழ்ந்து எம்மை ஆளுடையான்
இட்டிடையின்
மின்னப் பொலிந்து எம்பிராட்டி திருவடிமேல்
பொன்னஞ் சிலம்பில் சிலம்பித் திருப்புருவம்
என்னச் சிலைகுலவி நந்தம்மை ஆளுடையாள்
தன்னிற் பரிவிலா எங்கோமான் அன்பர்க்கு
முன்னி யவன்நமக்கு முன்சுரக்கும்
இன்னருளே
என்னப் பொழியாய் மழையேலோர்
எம்பாவாய். *170*

செங்க ணவன்பால் திசைமுகன் பால்
தேவர்கள் பால்
எங்கும் இலாதோர் இன்பம்நம் பாலதாக்
கொங்குஉண் சுருங்குழலி நந்தம்மைக்
கோதாட்டி
இங்குநம் இல்லங்கள் தோறும் எழுந்தருளிச்
செங்கமலப் பொற்பாதம் தந்தருளும்
சேவகனை
அங்கள் அரசை அடியோங்கட்கு ஆரமுதை
நங்கள் பெருமானைப் பாடி நலந்திகழப்
பங்கயப் பூம்புனல் பாய்ந்து ஆடேலோர்
எம்பாவாய். *171*

அண்ணாமலையான் அடிக்கமலம்
சென்றிறைஞ்சும்
விண்ணோர் முடியின் மணித்தொகை
வீறற்றாற்போல்
கண்ணார் இரவி கதிர்வந்து கார்கரப்பத்
தண்ணார் ஒளிமயங்கித் தாரகைகள் தாம்
அகலப்
பெண்ணாகி ஆணாய் அலியாய்ப
பிறங்கொளிசேர்
விண்ணாகி மண்ணாகி இத்தனையும்
வேறாகித்
கண்ணார் அமுதமாய் நின்றான் கழல்பாடிப்
பெண்ணே இப் பூம்புனல்பாய்ந்து ஆடேலோர்
எம்பாவாய். *172*

உங்கையிற் பிள்ளை உனக்கே
அடைக்கலம்என்று
அங்கப் பழஞ்சொல் புதுக்கும் எம் அச்சத்தால்
எங்கள் பெருமான் உனக்கென்று உரைப்போம்
கேள்
எங்கொங்கை நின்னன்பர் அல்லார்தோள்
சேரற்க
எங்கை உனக்கல்லாது எப்பணியும் செய்யற்க
கங்குல் பகல்எங்கண் மற்றொன்றும் காணற்க
இங்கிப் பரிசே எமக்கெங்கோன் நல்குதியேல்
எங்கெழிலென் ஞாயிறு எமக்கேலோர்
எம்பாவாய். *173*

போற்றி அருளுக நின் ஆதியாம் பாதமலர்
போற்றி அருளுக நின் அந்தமாம்
செந்தளிர்கள்
போற்றி எல்லா உயிர்க்கும் தோற்றமாம்
பொற்பாதம்

போற்றி எல்லா உயிர்க்கும் போகமாம்
பூங்கழல்கள்
போற்றி எல்லா உயிர்க்கும் ஈறாம்
இணையடிகள்
போற்றி மால் நான்முகனும் காணாத
புண்டரிகம்
போற்றியாம் உய்யஆட் கொண்டருளும்
பொன்மலர்கள்
போற்றியாம் மார்கழிநீர் ஆடேலோர்
எம்பாவாய். *174*

திருச்சிற்றம்பலம்

8. திரு அம்மானை

(திருவண்ணாமலையில் அருளியது - தரவு கொச்சகக் கலிப்பா / ஆனந்தக் களிப்பு)

செங்கண் நெடுமாலுஞ் சென்றிடந்துங்
காண்பரிய
பொங்கு மலர்ப்பாதம் பூதலத்தே போந்தருளி
எங்கள் பிறப்பறுத்திட் டெந்தரமும்
ஆட்கொண்டு
தெங்கு திரள்சோலைத் தென்னன்
பெருந்துறையான்
அங்கணன் அந்தணனாய் அறைகூவி
வீடருளும்
அங்கருணை வார்கழலே பாடுதுங்காண்
அம்மானாய். *175*

பாரார் விசும்புள்ளார் பாதாளத் தார்புறத்தார்
ஆராலுங் காண்டற் கரியாற் கரியான்
எமக்கெளிய
பேராளன் தென்னன் பெருந்துறையான்
பிச்சேற்றி
வாரா வழியருளி வந்தென் உளம்புகுந்த
ஆரா அமுதாய் அலைகடல்வாய் மீன்விசிறும்
பேராசை வாரியனைப் பாடுதுங்காண்
அம்மானாய். *176*

இந்திரனும் மாலயனும் ஏனோரும் வானோரும்
அந்தரமே நிற்கச் சிவனவனி வந்தருளி
எந்தரமும் ஆட்கொண்டு தோட்கொண்ட
நீற்றனாய்ச்
சிந்தனையை வந்தருக்குஞ் சீரார்
பெருந்துறையான்
பந்தம் பறியப் பரிமேற்கொண்டான்தந்த

அந்தமிலா ஆனந்தம் பாடுதுங்காண்
அம்மானாய். *177*

வான்வந்த தேவர்களும் மாலயனோ
டிந்திரனும்
கான்நின்று வற்றியும் புற்றெழுந்துங்
காண்பரிய
தான்வந்து நாயேனைத் தாய்போல்
தலையளித்திட்டு
ஊன்வந்துரோமங்கள் உள்ளே உயிர்ப்பெய்து
தேன்வந்த முதின் தெளிவின் ஒளிவந்த
வான்வந்த வார்கழலே பாடுதுங்காண்
அம்மானாய். *178*

கல்லா மனத்துக் கடைப்பட்ட நாயேனை
வல்லாளன் தென்னன் பெருந்துறையான்
பிச்சேற்றிக்
கல்லைப் பிசைந்து கனியாக்கித் தன்கருணை
வெள்ளத் தழுத்தி வினைகடிந்த வேதியனைத்
தில்லை நகர்புக்குச் சிற்றம் பலம்மன்னும்
ஒல்லை விடையானைப் பாடுதுங்காண்
அம்மானாய். *179*

கேட்டாயோ தோழி கிறிசெய்த வாறொருவன்
திட்டார் மதில்புடைசூழ் தென்னன்
பெருந்துறையான்
காட்டா தனவெல்லாங் காட்டிச் சிவங்காட்டித்
தாள்தா மரைகாட்டித் தன்கருணைத் தேன்
காட்டி
நாட்டார் நகைசெய்ய நாம்மேலை வீடெய்த
ஆள்தான்கொண்டாண்டவா பாடுதுங்காண்
அம்மானாய். *180*

ஓயாதே உள்குவார் உள்ளிருக்கும்
உள்ளானைச்
சேயானைச் சேவகனைத் தென்னன்
பெருந்துறையின்
மேயானை வேதியனை மாதிருக்கும்
பாதியனை
நாயான நந்தம்மை ஆட்கொண்ட நாயகனைத்
தாயான தத்துவனைத் தானே உலகேழும்
ஆயானை ஆள்வானைப் பாடுதுங்காண்
அம்மானாய். *181*

பண்சுமந்த பாடற் பரிசு படைத்தருளும்
பெண்சுமந்த பாகத்தன் பெம்மான்
பெருந்துறையான்
விண்சுமந்த கீர்த்தி வியன்மண்ட லத்தீசன்
கண்சுமந்த நெற்றிக் கடவுள் கலிமதுரை
மண்சுமந்து கூலிகொண்டு அக்கோவால்
மொத்துண்டு
புண்சுமந்த பொன்மேனி பாடுதுங்காண்
அம்மானாய். *182*

துண்டப் பிறையான் மறையான்
பெருந்துறையான்
கொண்ட புரிநூலான் கோலமா ஊர்தியான்
கண்டங் கரியான்செம் மேனியான்
வெண்ணீற்றான்
அண்டமுத லாயினான் அந்தமிலா ஆனந்தம்
பண்டைப் பரிசே பழவடியார்க் கீந்தருளும்
அண்டம் வியப்புறுமா பாடுதுங்காண்
அம்மானாய். *183*

விண்ணாளுந் தேவர்க்கு மேலாய வேதியனை
மண்ணாளும் மன்னவர்க்கு மாண்பாகி

நின்றானைத்
தண்ணார் தமிழளிக்குந் தண்பாண்டி
நாட்டானைப்
பெண்ணாளும் பாகனைப் பேணு
பெருந்துறையிற்
கண்ணார் கழல்காட்டி நாயேனை
ஆட்கொண்ட
அண்ணா மலையானைப் பாடுதுங்காண்
அம்மானாய். *184*

செப்பார் முலைபங்கன் தென்னன்
பெருந்துறையான்
தப்பாமே தாளடைந்தார் நெஞ்சுருக்கும்
தன்மையினான்
அப்பாண்டி நாட்டைச் சிவலோகம் ஆக்குவித்த
அப்பார் சடையப்பன் ஆனந்த வார்கழலே
ஒப்பாக ஒப்புவித்த உள்ளத்தா ருள்ளிருக்கும்
அப்பாலைக் கப்பாலைப் பாடுதுங்காண்
அம்மானாய். *185*

மைப்பொலியுங் கண்ணிகேள் மாலயனோ
டிந்திரனும்
எப்பிறவி யுந்தேட என்னையுந்தன்
இன்னருளால்
இப்பிறவி ஆட்கொண்டு இனிப்பிறவா
மேகாத்து
மெய்ப்பொருட்கண் தோற்றமாய் மெய்யே
நிலைபேறாய்
எப்பொருட்தந் தானேயாய் யாவைக்கும்
வீடாகும்
அப்பொருளாம் நஞ்சிவனைப் பாடுதுங்கான்
அம்மானாய். *186*

கையார் வளைசிலம்பக் காதர் குழையாட
மையார் குழல்புரளத் தேன்பாய்
வண்டொலிப்பச்
செய்யானை வெண்ணீ றணிந்தானைச்
சேர்ந்தறியாக்
கையானை எங்குஞ் செறிந்தானை அன்பர்க்கு
மெய்யானை அல்லாதார்க் கல்லாத
வேதியனை
ஐயா றமர்ந்தானைப் பாடுதுங்காண்
அம்மானாய். *187*

ஆனையாய்க் கீடமாய் மானுடராய்த்
தேவராய்
ஏனைப் பிறவாய்ப் பிறந்திறந் தெய்த் தேனை
ஊனையும் நின்றுருக்கி என்வினையை
ஓட்டுகந்து
தேனையும் பாலையுங் கன்னலையும்
ஒத்தினிய
கோனவன்போல் வந்தென்னைத்
தன்தொழும்பிற் கொண்டருளும்
வானவன் பூங்கழலே பாடுதுங்காண்
அம்மானாய். *188*

சந்திரனைத் தேய்த்தருளித் தக்கன்தன்
வேள்வியினில்
இந்திரனைத் தோள்நெரித்திட் டெச்சன்
தலையரிந்து
அந்தரமே செல்லும் அலர்கதிரோன்
பல்தகர்த்துச்
சிந்தித் திசைதிசையே தேவர்களை ஓட்டுகந்து
செந்தார்ப் பொழில்புடைசூழ் தென்னன்
பெருந்துறையான்
மந்தார மாலையே பாடுதுங்காண்

அம்மானாய். *189*

ஊனாய் உயிராய் உணர்வாய்என்னுட்கலந்து
தேனாய் அமுதமுமாய்த் தீங்கரும்பின்
கட்டியுமாய்
வானோ ரறியா வழியெமக்குந் தந்தருளும்
தேனார் மலர்க்கொன்றைச் சேவகனார்
சீரொளிசேர்
ஆனா அறிவாய் அளவிறந்த பல்லுயிர்க்கும்
கோனாகி நின்றவா கூறுதுங்காண்
அம்மானாய். *190*

சூடுவேன் பூங்கொன்றை சூடிச்
சிவன்திரள்தோள்
கூடுவேன் கூடிமுயங்கி மயங்கிநின்று
ஊடுவேன் செவ்வாய்க் குருகுவேன்
உள்ளுருகித்
தேடுவேன் தேடிச் சிவன்கழலே சிந்திப்பேன்
வாடுவேன் பேர்த்தும் அலர்வேன் அனலேந்தி
ஆடுவேன் சேவடியே பாடுதுங்காண்
அம்மானாய். *191*

கிளிவந்த மென்மொழியாள் கேழ்கிளரும்
பாதியானை
வெளிவந்த மாலயனும் காண்பரிய
வித்தகனைத்
தெளிவந்த தேறாலச் சீரார் பெருந்துறையில்
எளிவந் திருந்திரங்கி எண்ணரிய
இன்னருளால்
ஒளிவந்தென் உள்ளத்தின் உள்ளே ஒளி திகழ
அளிவந்த அந்தணனைப் பாடுதுங்காண்
அம்மானாய். *192*

முன்னானை மூவர்க்கும் முற்றுமாய்
முற்றுக்கும்
பின்னானைப் பிஞ்ஞகனைப் பேணு
பெருந்துறையின்
மன்னானை வானவனை மாதியலும்
பாதியனைத்
தென்னானைக் காவானைத் தெண்பாண்டி
நாட்டானை
என்னானை என்னப்பன் என்பார்க்கட்
கின்னமுதை
அன்னானை அம்மானைப் பாடுதுங்காண்
அம்மானாய். *193*

பெற்றி பிறர்க்கரிய பெம்மான்
பெருந்துறையான்
கொற்றக் குதிரையின்மேல் வந்தருளித்
தன்னடியார்
குற்றங்கள் நீக்கிக் குணங்கொண்டு
கோதாட்டிச்
சுற்றிய சுற்றத் தொடர் வறுப்பான்
தொல்புகழே
பற்றியிப் பாசத்தைப் பற்றறநாம் பற்றுவான்
பற்றியபே ரானந்தம் பாடுதுங்காண்
அம்மானாய். *194*

திருச்சிற்றம்பலம்

9. திருப்பொற் சுண்ணம் - ஆனந்த மனோலயம்

(தில்லையில் அருளியது - அறுசீர் ஆசிரிய விருத்தம்)

முத்துநல் தாழம்பூ மாலைதூக்கி
முளைக்குடந் தூபம்நல் தீபம்வைம்மின்
சக்தியும் சோமியும் பார்மகளும்
நாமகளோடுபல்லாண்டிசைமின்
சித்தியுங் கௌரியும் பார்ப்பதியும்
கங்கையும் வந்து கவரிகொண்மின்
அத்தன் ஐயாறன்அம்மானைபாடி
ஆடப்பொற் சுண்ணம் இடித்துநாமே. *195*

பூவியல் வார்சடை எம்பிராற்குப்
பொற்றிருச் சுண்ணம் இடிக்கவேண்டும்
மாவின் வடுவகி ரன்ன கண்ணீர்
வம்மின்கள் வந்துடன் பாடுமின்கள்
கூவுமின் தொண்டர் புறநிலாமே
குனிமின் தொழுமினெங் கோனெங்கூத்தன்
தேவியுந் தானும்வந்தெம்மையாளச்
செம்பொன்செய் சுண்ணம் இடித்துநாமே.
196

சுந்தர நீறணந் தும்மெழுகித்
தூயபொன்சிந்தி நிதிநிரப்பி
இந்திரன் கற்பகம் நாட்டியெங்கும்
எழிற்சுடர் வைத்துக் கொடியெடுமின்
அந்தார் கோன்அயன் தன்பெருமான்
ஆழியான் நாதன்நல் வேலன்தாதை
எந்தரம் ஆளுமை யாள்கொழுநற்

கேய்ந்த பொற்சுண்ணம் இடித்துநாமே. *197*

காசணி மின்கள் உலக்கையெல்லாம்
காம்பணி மின்கள் கறையுரலை
நேசமுடைய அடியவர்கள்
நின்று நிலாவுக என்றுவாழ்த்தித்
தேசமெல்லாம் புகழ்ந் தாடுங் கச்சித்
திருவேகம் பன்செம்பொற் கோயில்பாடிப்
பாசவினையைப் பறிந்துநின்று
பாடிப் பொற்சுண்ணம் இடித்துநாமே. *198*

அறுகெடுப்பார் அயனும்அரியும்
அன்றிமற்றிந்திர னோடமரர்
நறுமுது தேவர்கணங்கெளெல்லாம்
நம்மிற்பின் பல்லதெடுக்க வொட்டோ ம்
செறிவுடை மும்மதில் எய்தவில்லி
திருவேகம் பன்செம்பொற் கோயில்பாடி
முறுவற்செவ் வாயினீர் முக்கணப்பற்
காடப்பொற்சுண்ணம் இடித்துநாமே. *199*

உலக்கை பலஓச்சு வார்பெரியர்
உலகமெலாம்உரல் போதாதென்றே
கலக்க அடியவர் வந்துநின்றார்
காண உலகங்கள் போதாதென்றே
நலக்க அடியோமை ஆண்டுகொண்டு
நாண்மலர்ப் பாதங்கள் சூடந்தந்த
மலைக்கு மருகனைப் பாடிப்பாடி மகிழந்து
பொற்சுண்ணம் இடிந்தும்நாமே. *200*

சூடகந் தோள்வரை ஆர்ப்ப ஆர்ப்பத்
தொண்டர் குழாமெழுந் தார்ப்ப ஆர்ப்ப
நாடவர் நந்தம்மை ஆர்ப்ப ஆர்ப்ப

நாமும் அவர்தம்மை ஆர்ப்ப ஆர்ப்பப்
பாடக மெல்லடி யார்க்கு மங்கை
பங்கினன் எங்கள் பராபரனுக்கு
ஆடக மாமலை அன்னகோவுக்
காடப் பொற்சுண்ணம் இடித்தும்நாமே. *201*

வாள்தடங்கண்மட மங்கைநல்லீர்
வரிவளை ஆர்ப்பவண் கொங்கைபொங்கத்
தோள்திரு முண்டந் துதைந்திலங்கச்
சோத்தெம்பி ரானென்று சொல்லிச்சொல்லி
நாட்கோண்ட நாண்மலர்ந் பாதங்காட்டி
நாயிற் கடைப்பட்ட நம்மையிம்மை
ஆட்கொண்ட வண்ணங்கள் பாடிப்பாடி
ஆடப் பொற்சுண்ணம் இடித்தும்நாமே. *202*

வையகம் எல்லாம் உரலதாக
மாமேரு என்னும் உலக்கை நாட்டி
மெய்யனும் மஞ்சள் நிறைய அட்டி
மேதரு தென்னன் பெருந்துறையான்
செய்ய திருவடி பாடிப்பாடிச்
செம்பொன் உலக்கை வலக்கைபற்றி
ஐயன் அணிதில்லை வாணனுக்கே
ஆடப்பொற்சுண்ணம் இடித்தும்நாமே. *203*

முத்தணி கொங்கைகள் ஆடஆட
மொய்குழல் வண்டினம் ஆடஆடச்
சித்தஞ் சிவனொடும் ஆடஆடச்
செங்கயற் கண்பனி ஆடஆடப்
பித்தெம் பிரானொடும் ஆடஆடப்
பிறவி பிறரொடும் ஆடஆட
அத்தன் கருணையொ டாடஆட

ஆடப்பொற்சுண்ணம் இடித்தும்நாமே. *204*

மாடு நகைவாள் நிலாவெறிப்ப
வாய்திறந் தம்பவ ளந்துடிப்பப்
பாடுமின் நந்தம்மை ஆண்டவாறும்
பணிகொண்ட வண்ணமும் பாடிப்பாடித்
தேடுமின் எம்பெருமானைத்தேடி
சித்தங் களிப்பத் திகைத்துத்தேறி
ஆடுமின் அம்பலத் தாடினானுக்
காடப்பொற்சுண்ணம் இடித்தும்நாமே. *205*

மையமர் கண்டனை வானநாடர்
மருந்தினை மாணிக்கக் கூத்தன்தன்னை
ஐயனை ஐயர்பிரானைநம்மை
அகப்படுத் தாட்கொண் டருமைகாட்டும்
பொய்யர் தம் பொய்யனை மெய்யர்
மெய்யைப்
போதரிக் கண்ணினைப்
பொற்றொடித்தோள்
பையர வல்குல் மடந்தைநல்லீர்
பாடிப் பொற்சுண்ணம் இடித்தும்நாமே. *206*

மின்னிடைச் செந்துவர் வாய்க்கருங்கண்
வெண்ணகைப் பண்ணமர் மென்மொழியீர்
என்னுடை ஆரமுதெங்களப்பன்
எம்பெருமான் இம வான்மகட்குத்
தன்னுடைக் கேள்வன் மகன்தகப்பன்
தமையன்எம் ஐயன் தாள்கள் பாடிப்
பொன்னுடைப் பூண்முலை மங்கைநல்லீர்
பொற்றிருச்சுண்ணம் இடித்தும்நாமே. *207*

சங்கம் அரற்றச் சிலம்பொலிப்பத்

தாழ்குழல் சூழ்தரு மாலையாடச்
செங்கனி வாயிதழுந்துடிப்பச்
சேயிழை யீர் சிவலோகம் பாடிக்
கங்கை இரைப்ப அராஇரைக்குங்
கற்றைச் சடைமுடி யான்கழற்கே
பொங்கிய காதலிற் கொங்கை பொங்கப்
பொற்றிருச்சுண்ணம் இடித்தும்நாமே. *208*

ஞானக் கரும்பின் தெளியைப் பாகை
நாடற் கரிய நலத்தை நந்தாத்
தேனைப் பழச்சுவை ஆயினானைச்
சித்தம் புகுந்துதித் திக்கவல்ல
கோனைப் பிறப்பறுத் தாண்டுகொண்ட
கூத்தனை நாத்தழும் பேறவாழ்த்திப்
பானல் தடங்கண் மடந்தைநல்லீர்
பாடிப்பொற்சுண்ணம் இடித்தும்நாமே. *209*

ஆவகை நாமும் வந்தன்பர்தம்போ
டாட்செய்யும் வண்ணங்கள் பாடிவிண்மேல்
தேவர் கனாவிலுங் கண்டறியாச்
செம்மலர்ப் பாதங்கள் காட்டுஞ் செல்வச்
சேவகம் ஏந்திய வெல்கொடியான்
சிவபெரு மான் புரஞ் செற்றகொற்றச்
சேவகன் நாமங்கள் பாடிப்பாடிச்
செம்பொன் செய்சுண்ணம் இடித்தும்நாமே.
210

தேனக மாமலர்க் கொன்றைபாடிச்
சிவபுரம் பாடித் திருச்சடைமேன்
வானக மாமதிப் பிள்ளைபாடி
மால்விடை பாடி வலக்கையேந்தும்
ஊனக மாமழுச் சூலம்பாடி

உம்பரும் இம்பரும் உய்யஅன்று
போனக மாகநஞ் சுண்டல்பாடிப்
பொற்றிச்சுண்ணம் இடித்தும்நாமே. *211*

அயன்தலை கொண்டுசெண்டாடல்பாடி
அருக்கன் எயிறு பறித்தல்பாடி
கயந்தனைக் கொன்றுரி போர்த்தல் பாடிக்
காலனைக்காலால் உதைத்தல்பாடி
இயைந்தன முப்புரம் எய்தல் பாடி
ஏழை அடியோமை ஆண்டுகொண்ட
நயந்தனைப் பாடிநின் றாடியாடி
நாதற்குச் சுண்ணம் இடித்தும்நாமே. *212*

வட்டமலர்க்கொன்றை மாலைபாடி
மத்தமும்பாடி மதியம்பாடிச்
சிட்டர்கள் வாழுந்தென் தில்லைபாடிச்
சிற்றம் பலத்தெங்கள் செல்வம்பாடிக்
கட்டிய மாசுணக்கச்சைப் பாடிக்
கங்கணம் பாடிக் கவித்தகைம்மேல்
இட்டுநின் றாடும் அரவம்பாடி
ஈசற்குச்சுண்ணம் இடித்தும்நாமே. *213*

வேதமும் வேள்வியும் ஆயினார்க்கு
மெய்ம்மையும் பொய்ம்மையும்
ஆயினார்க்குச்
சோதிய மாய் இருள் ஆயினார்க்குத்
துன்பமுமாய் இன்பம் ஆயினார்க்குப்
பாதியு மாய் முற்றும் ஆயினார்க்குப்
பந்தமு மாய் வீடும் ஆயினார்க்கு
ஆதியும் அந்தமும் ஆயினார்க்கு
ஆடப்பொற்சுண்ணம் இடித்தும்நாமே. *214*

திருச்சிற்றம்பலம்

10. **திருக்கோத்தும்பி - சிவனோடு ஐக்கியம்**

(தில்லையில் அருளியது- நாலடித் தரவு கொச்சகக் கலிப்பா)

பூவேறு கோனும் புரந்தரனும் பொற்பமைந்த
நாவேறு செல்வியும் நாரணணும் நான்
மறையும்
மாவேறு சோதியும் வானவருந் தாமறியாச்
சேவேறு சேவடிக்கே சென்றுதாய் கோத்தும்பீ.
215

நானார் என் உள்ளமார் ஞானங்க ளார்
என்னை யாரறிவார்
வானோர் பிரானென்னை ஆண்டிலனேல்
மதிமயங்கி
ஊனா ருடைதலையில் உண்பலிதேர்
அம்பலவன்
தேனார் கமலமே சென்றூதாய் கோத்தும்பீ. *216*

தினைத்தனை உள்ளதோர் பூவினில்
தேன்உண்ணாதே
நினைத்தொறும் காண்தொறும்
பேசுந்தொறும் எப்போதும்
அனைத்தெலும் புள்நெக ஆனந்தத் தேன்
சொரியும்
குனிப்புடையானுக்கே சென்றூதாய்
கோத்தும்பீ. *217*

கண்ணப்பன் ஒப்பதோர் அன்பின்மை
கண்டபின்
என்னப்பன் என்னொப்பில் என்னையும்
ஆட்கொண்டருளி

வண்ணப் பணித்தென்னை வாவென்ற வான்
கருணைச்
கண்ணப்பென் நீற்றற்கே சென்றூதாய்
கோத்தும்பீ. *218*

அத்தேவர் தேவர் அவர்தேவ ரென்றிங்ஙன்
பொய்த்தேவு பேசிப் புலம்புகின்ற பூதலத்தே
பத்தேதும் இல்லாதென் பற்றறநான்
பற்றிநின்ற
மெய்த்தேவர் தேவற்கே சென்றூதாய்
கோத்தும்பீ. *219*

வைத்த நிதிபெண்டிர் மக்கள்குலங்
கல்வியென்னும்
பித்த உலகிற் பிறப்போ டிறப்பென்னுஞ்
சித்த விகாரக் கலக்கம் தெளிவித்த
வித்தகத் தேவற்கே சென்றூதாய் கோத்தும்பீ.
220

சட்டோ நினைக்க மனத்தமுதாஞ் சங்கரனைக்
கெட்டேன் மறப்பேனோ கேடுபடாத்
திருவடியை
ஒட்டாத பாவித் தொழும்பரைநாம்
உருவறியோம்
சிட்டாய சிட்டற்கே சென்றூதாய் கோத்தும்பீ.
221

ஒன்றாய் முளைத்தெழுந் தெத்தனையோ
கவடுவிட்டு
நன்றாக வைத்தென்னை நாய்சிவிகை
ஏற்றுவித்த
என்தாதை தாதைக்கும் எம்மனைக்குந்
தம்பெருமான்

குன்றாத செல்வற்கே சென்றூதாய்
கோத்தும்பீ. *222*

கரணங்கள் எல்லாங் கடந்துநின்ற
கறைமிடற்றன்
சரணங்க ளேசென்று சார்தலுமே தான்எனக்கு
மரணம் பிறப்பென் றிவையிரண்டின்
மயக்கறுத்த
கருணைக் கடலுக்கே சென்றூதாய்
கோத்தும்பீ. *223*

நோயுற்று மூத்துநான் நுந்துகன்றா
யிங்கிருந்து
நாயுற்ற செல்வம் நயந்தறியா
வண்ணமெல்லாந்
தாயுற்று வந்தென்னை
ஆண்டுகொண்டதன்கருணைத்
தேயுற்ற செல்வற்கே சென்றூதாய் கோத்தும்பீ.
224

வன்னெஞ்சக் கள்வன் மனவலியன் என்னாதே
கல்நெஞ் சுருக்கிக் கருணையினால்
ஆண்டுகொண்ட
அன்னஞ் திளைக்கும் அணிதில்லை
அம்பலவன்
பொன்னங் கழலுக்கே சென்றூதாய்
கோத்தும்பீ. *225*

நாயேனைத் தன்னடிகள் பாடுவித்த
நாயகனைப்
பேயேன துள்ளப் பிழைபொறுக்கும்
பெருமையனைச்
சீயேதும் இல்லாதென் செய்பணிகள்

கொண்டருளந்
தாயான ஈசற்கே சென்றூதாய் கோத்தும்பீ. *226*

நான்தனக் கன்பின்னை நானுந்தா னும்
அறிவோம்
தானென்னை ஆட்கொண்ட தெல்லாருந்
தாமறிவார்
ஆன கருணையும் அங்குற்றே தானவனே
கோனென்னைக் கூடக் குளிர்ந்தூதாய்
கோத்தும்பீ. *227*

கருவாய் உலகினுக் கப்புறமாய் இப்புறத்தே
மருவார் மலர்க்குழல் மாதினொடும் வந்தருளி
அருவாய் மறைபயில் அந்தணனாய்
ஆண்டுகொண்ட
திருவான தேவற்கே சென்றூதாய் கோத்தும்பீ.
228

நானும்என் சிந்தையும் நாயகனுக்
கெவ்விடத்தோம்
தானுந்தன் தையலுந் தாழ்சடையோன்
ஆண்டிலனேல்
வானுந் திசைகளும் மாகடலும் ஆயபிரான்
தேனுந்து சேவடிக்கே சென்றூதாய்
கோத்தும்பீ. *229*

உள்ளப் படாத திருஉருவை உள்ளுதலும்
கள்ளப் படாத களிவந்த வான்கருணை
வெள்ளப் பிரான்என் பிரான்என்னை
வேறேஆட்
கொள்ளப் பிரானுக்கே சென்றூதாய்
கோத்தும்பீ. *230*

பொய்யாய செல்வத்தே புக்கழுந்தி
நாள்தோறும்
மெய்யாக் கருதிக்கிடந்தேனை ஆட்கொண்ட
ஐயாவென் ஆருயிரே அம்பலவா
என்றவன்றன்
செய்யார் மலரடிக்கே சென்றூதாய்
கோத்தும்பீ. *231*

தோலுந் துகிலுங் குழையுஞ் சுருள்தோடும்
பால்வெள்ளை நீறும் பசுஞ்சாந்தும்
பைங்கிளியுஞ்
சூலமுந் தொக்க வளையு முடைத்தொன்மைக்
கோலமே நோக்கிக் குளிர்ந்தூதாய்
கோத்தும்பீ. *232*

கள்வன் கடியன் கலதியிவன் என்னாத
வள்ளல் வரவர வந்தொழிந்தான் என் மனத்தே
உள்ளத் துறதுய ரொன்றொழியா
வண்ணமெல்லாந்
தெள்ளுங் கழலுக்கே சென்றூதாய்
கோத்தும்பீ. *233*

பூமேல் அயனோடு மாலும் புகலிரதென்று
ஏமாறி நிற்க அடியேன் இறுமாக்க
நாய்மேல் தவிசிட்டு நன்றாய்ப்
பொருட்படுத்த
தீமேனி யானுக்கே சென்றூதாய் கோத்தும்பீ.
234

11. திருத்தெள்ளேணம்

(தில்லையில் அருளியது- நாலடித் தரவு கொச்சகக் கலிப்பா)

திருமாலும் பன்றியாய்ச் சென்றுணராத்
திருவடியை
உருநாமம் அறியவோர் அந்தணனாய்
ஆண்டுகொண்டான்
ஒருநாமம் ஓருருவம் ஒன்றுமில்லாற் காயிரந்
திருநாமம் பாடிநாம் தெள்ளேணங்
கொட்டாமோ. *235*

திருவார் பெருந்துறை மேயபிரான் என்பிறவிக்
கருவேர் அறுத்தபின் யாவரையுங்
கண்டதில்லை
அருவாய் உருவமும் ஆயபிரான் அவன்மருவும்
திருவாரூர் பாடிநாம் தெள்ளேணங்
கொட்டாமோ. *236*

அரிக்கும் பிரமற்கும் அல்லாத தேவர்கட்கும்
தெரிக்கும் படித்தன்றி நின்றசிவம்
வந்துநம்மை
உருக்கும் பணிகொள்ளும்
என்பதுகேட்டுலகமெல்லாம்
சிரிக்குந் திறம்பாடித் தெள்ளேணங்
கொட்டாமோ. *237*

அவமாய தேவர் அவகதியில் அழுந்தாமே
பவமாயங் காத்தென்னை ஆண்டுகொண்ட
பரஞ்சோதி
நவமாய செஞ்சுடர் நல்குதலும் நாம்ஒழிந்து
சிவமான வாபாடித் தெள்ளேணங்
கொட்டாமோ. *238*

அருமந்த தேவர் அயன்திருமாற் கரியசிவம்
உருவந்து பூதலத்தோர் உகப்பெய்தக்
கொண்டருளிக்
கருவெந்து வீழக் கடைக்கணித்தென்
உளம்புகுந்த
திருவந்த வாபாடிக் தெள்ளேணங்
கொட்டாமோ. *239*

அரையாடு நாகம் அசைத்தபின்
அவனியின்மேல்
வரையாடு மங்கைதன் பங்கொடும்வந்
தாண்டதிறம்
உரையாட உள்ளொளியாட ஒண்மாமலர்க்
கண்களில்நீர்த்
திரையாடு மாபாடித் தெள்ளேணங்
கொட்டாமோ. *240*

ஆவா அரிஅயன்இந்திரன் வானோர்க்
கரியசிவன்
வாவாவென் றென்னையும்
பூதலத்தேவலித்தாண்டுகொண்டான்
பூவார் அடிச்சுவ டென்தலைமேற்
பொறித்தலுமே
தேவான வாபாடித் தெள்ளேணங்
கொட்டாமோ. *241*

கறங்கோலை போல்வதோர் காயப்பிறப்போ
டிறப்பென்னும்
அறம்பாவ மென்றிரண்டச்
சந்தவிர்த்தென்னை ஆண்டுகொண்டான்
மறந்தேயுந் தன்கழல்நான் மறவாவண்ணம்
நல்கிய அத்

திறம்பாடல் பாடிநாம் தெள்ளேணங்
கொட்டாமோ. *242*

கல்நா ருரித்தென்ன என்னையுந்தன்
கருணையினால்
பொன்னார் கழல்பணித் தாண்டபிரான்
புகழ்பாடி
மின்னோர் நுடங்கிடைச் செந்துவர்வாய்
வெண்ணகையீர்
தென்னா தென்னாவென்று தெள்ளேணங்
கொட்டாமோ. *243*

கனவேயுந் தேவர்கள் காண்பரிய
கனைகழலோன்
புனவே யனவளைத் தோளியோடும்
புகுந்தருளி
நனவே எனைப்பிடித்தாட் கொண்டவா
நயந்துநெஞ்சம்
சினவேற்கண்நீர் மல்கத் தெள்ளேணங்
கொட்டாமோ. *244*

கயல்மாண்ட கண்ணிதன்
பங்கன்எனைக்கலந் தாண்டலுமே
அயல்மாண்ட ருவினைச் சுற்றமுமாண்ட
வனியினமேல்
மயல்மாண்டு மற்றுள்ள வாசகமாண்
டென்னுடைய
செயல்மாண்ட வாபாடித் தெள்ளேணங்
கொட்டாமோ. *245*

முத்திக் குழன்று முனிவர்குழாம் நனிவாட
அத்திக் கருளி அடியேனை ஆண்டுகொண்டு
பத்திக் கடலுட் பதித்த பரஞ்சோதி

தித்திக்கு மாபாடித் தெள்ளேணங்
கொட்டாமோ. *246*

பார்பாடும் பாதாளர் பாடும்விண் ணோர்
தம்பாடும்
ஆர்பாடுஞ் சாரா வகையருளி
ஆண்டுகொண்ட
நேர்பாடல் பாடி நினைப்பரிய
தனிப்பெரியோன்
சீர்பாடல் பாடிநாம் தெள்ளேணங்
கொட்டாமோ. *247*

மாலே பிரமனே மற்றொழிந்த தேவர்களே
நூலே நுழைவரியான் நுண்ணியனாய்
வந்தடியேன்
பாலே புகுந்து பரிந்துருக்கும் பாவாகத்தால்
சேலேர்கண் நீர்மல்கத் தெள்ளேணங்
கொட்டாமோ. *248*

உருகிப் பெருகி உளங்குளிர முகந்துகொண்டு
பருகற் கினிய பரங்கருணைத் தடங்கடலை
மருவித் திகழ்தென்னன் வார்கழலே
நினைந்தடியாம்
திருவைப் பரவிநாம் தெள்ளேணங்
கொட்டாமோ. *249*

புத்தன் பரந்தராதி யர்அயன்மேல்
போற்றிசெயும்
பித்தன் பெருந்துறை மேயபிரான் பிறப்பறுத்த
அத்தன் அணிதில்லை அம்பலவண்
அருட்கழல்கள்
சித்தம் புகுந்தவா தெள்ளேணங் கொட்டாமோ.
250

உவலைச் சமயங்கள் ஒவ்வாத சாத்திரமாம்
சவலைக் கடலுளனாய்க் கிடந்து தடுமாறும்
கவலைக் கெடுத்துக் கழலிணைகள்
தந்தருளும்
செயலைப் பரவிநாம் தெள்ளேணங்
கொட்டாமோ. *251*

வான்கெட்டு மாருதம் மாய்ந்தழல்நீர்
மண்கெடினும்
தான்கெட்ட லின்றிச் சலிப்பறியாத்
தன்மையனுக்கு
ஊன்கெட் டுயிர்கெட்டுணவுகெட்டென்
உள்ளமும்போய்
நான்கெட்ட வாபாடித் தெள்ளேணங்
கொட்டாமோ. *252*

விண்ணோர் முழுமுதல் பாதாளத் தார்வித்து
மண்ணோர் மருந்தயன் மாலுடைய
வைப்படியோம்
கண்ணார வந்துநின்றான் கருணைக்
கழல்பாடித்
தென்னாதென்னாவென்று தெள்ளேணங்
கொட்டாமோ. *253*

குலம்பாடிக் கொக்கிற கும்பாடிக் கோல்
வளையாள்
நலம்பாடி நஞ்சுண்ட வாபாடி நாள்தோறும்
அலம்பார் புனல்தில்லை அம்பலத்தே
ஆடுகின்ற
சிலம்பாடல் பாடிநாம் தெள்ளேணங்
கொட்டாமோ. *254*

திருச்சிற்றம்பலம்

12. திருச்சாழல் - சிவனுடைய காருணியம்

(தில்லையில் அருளியது /நாலடித் தரவு கொச்சகக் கலிப்பா)

பூசுவதும் வெண்ணீறு பூண்பதுவும் பொங்கரவம்
பேசுவதும் திருவாயால் மறைபோலுங் காணேடீ
பூசுவதும் பேசுவதும் பூண்பதுவுங் கொண்டடென்னை
ஈசனவன் எவ்வுயிர்க்கும் இயல்பானான் சாழலோ. *255*

என்னப்பன் எம்பிரான் எல்லார்க்குந் தானீசன்
துன்னம்பெய் கோவணமாக் கொள்ளுமது என்னேடீ*?*
மன்னுகலை துன்னுபொருள் மறைநான்கே வான்சரடாத்
தன்னையே கோவணமாச் சாத்தினன்காண் சாழலோ. *256*

கோயில் சுடுகாடு கொல்புலித்தோல் நல்லாடை
தாயுமிலி தந்தையிலி தான் தனியன் காணேடீ
தாயுமிலி தந்தையிலி தான்தனியன் ஆயிடினும்
காயில் உலகனைத்துங் கற்பொடிகாண் சாழலோ. *257*

அயனை அனங்கனை அந்தகனைச் சந்திரனை
வயனங்கள் மாயா வடுச்செய்தான் காணேடீ

நயனங்கள் மூன்றுடை நாயகனே
தண்டித்தால்
சயமன்றோ வானவர்க்குத் தாழ்குழலாய்
சாழலோ. *258*

தக்கனையும் எச்சையும் தலையறுத்துத்
தேவர்கணம்
தொக்கனவந் தவர்தம்மைத்
தொலைத்ததுதான் என்னேடீ*?*
தொக்கனவந் தவர்தம்மைத் தொலைத்தருளி
அருள்கொடுத்தங்கு
எச்சனுக்கு மிகைத்தலைமற் றருளினன் காண்
சாழலோ. *259*

அலரவனும் மாலவனும் அறியாமே
அழலுருவாய்
நிலமுதற்கீழ் அண்டமுற நின்றதுதான்
என்னேடீ*?*
நிலமுதற்கீழ் அண்டமுற நின்றிலனேல்
இருவருந்தம்
சலமுகத்தால் ஆங்காரந் தவிரார்காண்
சாழலோ. *260*

மலைமகளை யொருபாகம் வைத்தலுமே
மற்றொருத்தி
சலமுகத்தால் அவன்சடையிற் பாயுமது
என்னேடீ*?*
சலமுகத்தால் அவன்சடையிற் பாய்ந்திலளேல்
தரணியெல்லாம்
பிலமுகத்தே புகப்பாய்ந்து பெருங்கேடாஞ்
சாழலோ. *261*

கோலால மாகிக் குரைகடல்வாய்

அன்றெழுந்த
ஆலாலம் உண்டான் அவன்சதுர்தான்
என்னேடீ?
ஆலாலம் உண்டிலனேல் அன்றயன்மால்
உள்ளிட்ட
மேலாய தேவரெல்லாம் வீடுவர்காண்
சாழலோ. *262*

தென்பா லுகந்தாடுந் தில்லைச்சிற்
றம்பலவன்
பெண்பா லுகந்தான் பெரும்பித்தன் காணேடீ
பெண்பா லுகந்திலனேற் பேதாய் இரு
நிலத்தோர்
விண்பாலி யோகெய்தி வீடுவர்காண்
சாழலோ. *263*

தானந்தம் இல்லான் தனையடைந்த
நாயேனை
ஆனந்த வெள்ளத் தழுத்துவித்தான் காணேடீ
ஆனந்த வெள்ளத் தழுத்துவித்த திருவடிகள்
வானுந்து தேவர்கட்கோர் வான்பொருள்காண்
சாழலோ. *264*

நங்காய் இதென்னதவம் நரம்போ
டெலும்பணிந்து
கங்காளந் தோள்மேலே காதலித்தான்
காணேடீ
கங்காளம் ஆமாகேள் காலாந்த ரத்திருவர்
தங்காலஞ் செய்யத் தரித்தனன்காண்
சாழலோ. *265*

கானார் புலித்தோல் உடைதலைஊண்
காடுபதி

ஆனா லவனுக்கிங் காட்படுவார் ஆரேடி?
ஆனாலும் கேளாய் அயனுந் திருமாலும்
வானாடர் கோவும் வழியடியார் சாழலோ. *266*

மலையரையன் பொற்பாவை வாள்நுதலாள்
பெண்திருவை
உலகறியத் தீவேட்டான் என்னுமது என்னேடீ
உலகறியத் தீவேளே தொழிந்தனனேல்
உலகனைத்துங்
கலைநவின்ற பொருள்களெல்லாங்
கலங்கிடுங்காண் சாழலோ. *267*

தேன்புக்க தண்பனைசூழ் தில்லைச்சிற்
றம்பலவன்
தான்புக்கு நட்டம் பயிலுமது என்னேடீ?
தான்புக்கு நட்டம் பயின்றிலனேல்
தரணியெல்லாம்
ஊன்புக்க வேற்காளிக் கூட்டாங்காண்
சாழலோ. *268*

கடகரியும் பரிமாவும் தேரும்உகந் தேறாதே
இடபம்உகந் தேறியவா றெனக்கறிய
இயம்பேடீ
தடமதில்கள் அவைமூன்றுந் தழலெரித்த
அந்நாளில்
இடபமதாய்த் தாங்கினான் திருமால்காண்
சாழலோ. *269*

நன்றாக நால்வர்க்கும் நான்மறையின்
உட்பொருளை
அன்றாலின் கீழிருந்தங் கறமுரைத்தான்
காணேடீ
அன்றாலின் கீழிருந்தங் கறமுரைத்தான்

ஆயிடினுங்
கொன்றான்காண் புரமூன்றுங் கூட்டோ டே
சாழலோ. *270*

அம்பலத்தே கூத்தாடி அமுதுசெயப்
பலிதரியும்
நம்பனையுந் தேவனென்று நண்ணுமது
என்னேடீ?
நம்பனையும் ஆமாகேள் நான்மறைகள்
தாமறியோ
எம்பெருமான் ஈசாவென் றேத்தினகாண்
சாழலோ. *271*

சலமுடைய சலந்தரன்தன் உடல்தடிந்த
நல்லாழி
நலமுடைய நாரணற்கன் றருளியவா
றென்னேடீ?
நலமுடைய நாரணன்தன் நயனம்இடந்
தானடிக்கீழ்
அலராக இடஆழி அருளினன்காண் சாழலோ.
272

அம்பரமாம் புள்ளித்தோல் ஆலாலம் ஆரமுதம்
எம்பெருமான் உண்டசதுர் எனக்கறிய
இயம்பேடீ
எம்பெருமான் ஏதுடுத்தங் கேதமுது
செய்திடினும்
தம்பெருமை தானறியாத் தன்மையன்காண்
சாழலோ. *273*

அருந்தவருக் காலின்கீழ் அறமுதலா
நான்கினையும்
இருந்தவருக் கருளுமது எனக்கறிய

இயம்பேடீ?
அருந்தவருக் கறமுதல்நான் கன்றருளிச்
செய்திலனேல்
திருந்தவருக் குலகியற்கை தெரியாகாண்
சாழலோ. *274*

திருச்சிற்றம்பலம்

13. திருப்பூவல்லி - மாயா விசயம் நீக்குதல்

(தில்லையில் அருளியது - நாலடித் தரவு கொச்சகக் கலிப்பா)

இணையார் திருவடி என்தலைமேல்
வைத்தலுமே
துணையான சுற்றங்கள் அத்தனையும்
துறந்தொழிந்தேன்
அணையார் புனற்றில்லை அம்பலத்தே
ஆடுகின்ற
புணையாளன் சீர்பாடிப் பூவல்லி
கொய்யாமோ. *275*

எந்தையெந் தாய்சுற்றம் மற்றுமெல்லாம்
என்னுடைய
பந்தம் அறுந்தென்னை ஆண்டுகொண்ட
பாண்டிப்பிரான்
அந்த இடைமருதில் ஆனந்தத் தேனிருந்த
பொந்தைப் பரவிநாம் பூவல்லி கொய்யாமோ.
276

நாயிற் கடைப்பட்ட நம்மையுமோர்
பொருட்படுத்துத்
தாயிற் பெரிதுங் தயாவுடைய தம்பொருமான்
மாயப் பிறப்பறுந் தாண்டானென்
வல்வினையின்
வாயிற் பொடியட்டிப் பூவல்லி கொய்யாமோ.
277

பண்பட்ட தில்லைப் பதிக்காசைப் பரவாதே
எண்பட்ட தக்கன் அருக்கன் எச்சன்
இந்துஅனல்

விண்பட்ட பூதப் படைவீர பத்திரரால்
புணப்பட்ட வாபாடிப் பூவல்லி கொய்யாமோ.
278

தேனாடு கொன்றை சடைக்கணிந்த
சிவபெருமான்
ஊனாடி நாடிவந் துள்புகுந்தான்
உலகர்முன்னே
நானாடி ஆடிநின் றோலமிட நடம்பயிலும்
வானாடர் கோவுக்கே பூவல்லி கொய்யாமோ.
279

எரிமூன்று தேவர்க் கிரங்கியருள் செய்தருளிச்
சிரமூன் றறத்தன் திருப்புருவம் நெரித்தருளி
உருமூன்று மாகி உணர்வரிதாம் ஒருவனுமே
புரமூன் றெரத்தவா பூவல்லி கொய்யாமோ.
280

வணங்கத் தலை வைத்து வார்கழல்வாய்
வாழ்த்தவைத்து
இணங்கத்தன் சீரடியார் கூட்டமும்வைத்
தெம்பெருமான்
அணங்கொடணிதில்லை அம்பலத்தே
ஆடுகின்ற
குணங் கூரப் பாடிநாம் பூவல்லி
கொய்யாமோ. *281*

நெறிசெய் தருளித்தன் சீரடியார்
பொன்னடிக்கே
குறிசெயது கொண்டென்னை ஆண்டபிரான்
குணம்பரவி
முறிசெய்து நம்மை முழுதுடற்றும்
பழவினையைக்

கிறிசெய்த வாபாடிபட பூவல்லி கொய்யாமோ.
282

பன்னாட் பரவிப் பணிசெய்யப் பாதமலர்
என்ஆகம் துன்னவைத்த பெரியோன்
எழிற்சுடராய்க்
கல்நா ருரித்தென்னை யாண்டுகொண்டான்
கழலிணைகள்
பொன்னான வாபாடிப் பூவல்லி கொய்யாமோ.
283

பேராசை யாமிந்தப் பிண்டமறப்
பெருந்துறையான்
சீரார் திருவடி யென் தலைமேல்
வைத்தபிரான்
காரார் கடல்நஞ்சை உண்டுகந்த காபாலி
போரார் புறம்பாடிப் பூவல்லி கொய்யாமோ.
284

பாலும் அமுதமுந் தேனுடனாம் பராபரமாய்க்
கோலங் குளிர்ந்துள்ளங் கொண்டபிரான்
குரைகழல்கள்
ஞாலம் பரவுவார் நன்னெறியாம் அந்நெறியே
போலும் புகழ்பாடிப் பூவல்லி கொய்யாமோ.
285

வானவன் மாலயன் மற்றுமுள்ள தேவர்கட்கும்
கோனவ னாய் நின்று கூடலிலாக்
குணங்குறியோன்
ஆன நெடுங்கடல் ஆலாலம் அமுதுசெய்யப்
போனகம் ஆனவா பூவல்லி கொய்யாமோ. *286*

அன்றால நீழற்கீழ் அருமறைகள் தானருளி

நன்றாக வானவர் மாமுனிவர் நாள்தோறும்
நின்றார ஏத்தும் நிறைகழலோள்
புனைகொன்றைப்
பொன்தாது பாடிநாம் பூவல்லி கொய்யாமோ.
287

படமாக என்னுள்ளே தன்னிணைப்போ
தவையளித்திங்
கிடமாகக் கொண்டிருந் தேகம்பம் மேயபிரான்
தடமார் மதில்தில்லை அம்பலமே தானிடமா
நடமாடு மாபாடிப் பூவல்லி கொய்யாமோ. *288*

அங்கி அருக்கன் இராவணன் அந்தகன்
கூற்றன்
செங்கண் அரிஅயன் இந்திரனுஞ் சந்திரனும்
பங்கமில் தக்கனும் எச்சனுந்தம் பரிசழியப்
பொங்கியசீர் பாடிநாம் பூவல்லி
கொய்யாமோ. *289*

திண்போர் விடையான் சிவபுரத்தார் போரேறு
மண்பால் மதுரையிற் பிட்டமுது செய்தருளித்
தண்டாலே பாண்டியன் தன்னைப்
பணிகொண்ட
புண்பாடல் பாடிநாம் பூவல்லி கொய்யாமோ.
290

முன்னாய மாலயனும் வானவரும் தானவரும்
பொன்னார் திருவடி தாமறியார் போற்றுவதே
என்னாகம் உள்புகுந் தாண்டு கொண்டான்
இலங்கணியாம்
பன்னாகம் பாடிநாம் பூவல்லி கொய்யாமோ.
291

சீரார் திருவடித் திண்சிலம்பு சிலம்பொலிக்கே
ஆராத ஆசையதாய் அடியேன் அகமகிழத்
தேராந்த வீதிப் பெருந்துறையான்
திருநடஞ்செய்
பேரானந் தம்பாடிப் பூவல்லி கொய்யாமோ.
292

அத்தி யுரித்தது போர்த்தருளும்
பெருந்துறையான்
பித்த வடிவுகொண் டிவ்வுலகிற்
பிள்ளையுமாம்
முத்தி முழுமுதலுத் தரகோச மங்கைவள்ளல்
புத்தி புகுந்தவா பூவல்லி கொய்யாமோ. *293*

மாவார வேறி மதுரைநகர் புகுந்தருளித்
தேவார்ந்த கோலந் திகழப் பெருந்துறையான்
கோவாகி வந்தெம்மைக் குற்றவேல்
கொண்டருளும்
பூவார் கழல்பரவிப் பூவல்லி கொய்யாமோ. *294*

திருச்சிற்றம்பலம்

14. திருஉந்தியார் - ஞான வெற்றி
(தில்லையில் அருளியது- கலித்தாழிசை)

வளைந்தது வில்லு விளைந்தது பூசல்
உளைந்தன முப்புரம் உந்தீபற
ஒருங்குடன் வெந்தவா றுந்தீபற. *295*

ஈரம்பு கண்டிலம் ஏகம்பர் தங்கையில்
ஓரம்பே முப்புரம் உந்தீபற
ஒன்றும் பெருமிகை உந்தீபற. *296*

தச்சு விடுத்தலும் தாமடி யிட்டலும்
அச்சு முறிந்ததென் றுந்தீபற
அழந்தன முப்புரம் உந்தீபற. *297*

உய்யவல் லாரெரு மூவரைக் காவல்கொண்
டெய்யவல் லானுக்கே உந்தீபற
இளமுலை பங்கனென் றுந்தீபற. *298*

சாடிய வேள்வி சரிந்திடத் தேவர்கள்
ஓடிய வாபாடி உந்தீபற
உருந்திர நாதனுக் குந்தீபற. *299*

ஆவா திருமால் அவிப்பாகங் கொண்டன்று
சாவா திருந்தானென் று தீபற
சதுர்முகன் தாதையென் றுந்தீபற. *300*

வெய்யவன் அங்கி விழுங்கத்திரட்டிய
கையைத் தறித்தானென் றுந்தீபற
கலங்கிற்று வேள்வியென் றுந்தீபற. *301*

பார்ப்பதி யைப்பகை சாற்றிய தக்கனைப்
பார்ப்பதென் னேயேடி யந்தீபற

பணைமுலை பாகனுக் குந்தீபற. *302*

புரந்தர னாரொரு பூங்குயி லாகி
மரந்தனி லேறினார் உந்தீபற
வானவர் கோனென்றே உந்தீபற. *303*

வெஞ்சின வேள்வி வியாத்திர னார்தலை
துஞ்சிய வாபாடி உந்தீபற
தொடர்ந்த பிறப்பற உந்தீபற. *304*

ஆட்டின் தலையை விதிக்குத் தலையாகக்
கூட்டிய வாபாடி உந்தீபற
கொங்கை குலுங்கிநின் றுந்தீபற. *305*

உண்ணப் புகுந்த பகனொளிந் தோடாமே
கண்ணைப் பறித்தவா றுந்தீபற
கருக்கெட நாமெல்லாம் உந்தீபற. *306*

நாமகள் நாசி சிரம்மி மன்படச்
சோமன் முகன் நெரித் துந்தீபற
தொல்லை வினைகெட உந்தீபற. *307*

நான்மறை யோனும் அகத்திய மான்படப்
போம்வழி தேடுமா றுந்தீபற
புரந்தரன் வேள்வியி லுந்தீபற. *308*

சூரிய னார்தொண்டை வாயினிற் பற்களை
வாரி நெரித்தவா றுந்தீபற
மயங்கிற்று வேள்வியென் றுந்தீபற. *309*

தக்கனா ரன்றே தலையிழந் தார்தக்கன்
மக்களைச் சூழநின் றுந்தீபற
மடிந்தது வேள்வியென் றுந்தீபற. *310*

பாலக னார்க்கன்று பாற்கடல் ஈந்திட்ட
கோலச் சடையற்கே யந்தீபற
குமரன்தன் தாதைக்கே உந்தீபற. *311*

நல்ல மலரின்மேல் நான்முக னார்தலை
ஒல்லை யரிந்ததென் றுந்தீபற
உகிரால் அரிந்ததென் றுந்தீபற. *312*

தேரை நிறுத்தி மலையெடுத் தான்சிரம்
ஈரைந்தும் இற்றவா றுந்தீபற
இருபதும் இற்றதென் றுந்தீபற. *313*

ஏகாசமிட்ட இருடிகள் போகாமல்
ஆகாசங்காவலென் றுந்தீபற
அதற்கப்பாலுங் காவலென் றுந்தீபற. *314*

திருச்சிற்றம்பலம்

15. திருத்தோள் நோக்கம் - பிரபஞ்ச சுத்தி

(தில்லையில் அருளியது - நாலடித் தரவு கொச்சகக் கலிப்பா)

பூத்தாரும் பொய்கைப் புனலிதுவே
எனக்கருதிப்
பேய்த்தார் முகக்குறும் பேதைகுண மாகாமே
தீர்த்தாய் திகழ்தில்லை அம்பலத்தை
திருநடஞ்செய்
கூத்தா உன் சேவடி கூடும்வண்ணந்
தோணோக்கம். *315*

என்றும் பிறந்திறந் தாழாமே
ஆண்டுகொண்டான்
கன்றால் விளவெறிந் தான்பிரமன் காண்பரிய
குன்றாத சீர்த்தில்லை
அம்பலவன்குணம்பரவித்
துன்றார் குழலினீர் தோணோக்கம் ஆடாமோ.
316

பொருட்பற்றிச் செய்கின்ற பூசனைகள்
போல்விளங்கிச்
செருப்புற்ற சீரடி வாய்க்கலசம் ஊனமுதம்
விருப்புற்று வேடனார் சேடெறிய
மெய்குளிர்த்தங்கு
அருட்பெற்று நின்றவா தோணோக்கம்
ஆடாமோ. *317*

கற்போலும் நெஞ்சங் கசிந்துருகிக்
கருணையினால்
நிற்பானைப் போலஎன நெஞ்சினுள்ளே
புகுந்தருளி
நற்பாற் படுத்தென்னை நாடறியத்

தானிங்ஙன்
சொற்பால தானவா தோணோக்கம் ஆடாமோ.
318

நிலம்நீர் நெருப்புயிர் நீள்விசும்பு
நிலாப்பகலோன்
புலனாய மைந்தனோ டெண்வகையாயப்
புணர்ந்துநின்றான்
உலகே ழெனத்திசை பத்தெனத்தா
னொருவனுமே
பலவாகி நின்றவா தோணோக்கம் ஆடாமோ.
319

புத்தன் முதலாய புல்லறிவிற் பல்சமயம்
தத்தம் மதங்களில் தட்டுளுப்புப் பட்டுநிற்கச்
சித்தஞ் சிவமாக்கிச் செய்தனவே தவமாக்கும்
அத்தன் கருணையிலனால் தோணோக்கம்
ஆடாமோ. *320*

தீதில்லை மாணி சிவகருமஞ் சிதைத்தானைச்
சாதியும் வேதியன் தாதையனைத்
தாளிரண்டுஞ்
சேதிப்ப ஈசன் திருவருளால் தேவர்தொழப்
பாதகமே சோறு பற்றினவா தோணோக்கம்.
321

மானம் அழிந்தோம் மதிமறந்தோம்
மங்கைநல்லீர்
வானந் தொழுந்தென்னன் வார்கழலே
நினைத்தடியோம்
ஆனந்தக் கூத்தன் அருள்பெறில் நாம்
அவ்வணமே
ஆனந்த மாகிநின் றாடாமே தோணோக்கம்.

322

எண்ணுடை மூவர் இராக்கதர்கள்
எரிபிழைத்துக்
கண்ணுதல் எந்தை கடைத்தலைமுன்
நின்றதற்பின்
எண்ணிலி இந்திரர் எத்தனையோ
பிரமர்களும்
மண்மிசை மால்பலர் மாண்டனர்காண்
தோணோக்கம். *323*

பங்கயம் ஆயிரம் பூவினிலோர் பூக்குறையத்
தங்கண் இடந்தான் சேவடிமேல் சாத்தலுமே
சங்கரன் எம்பிரான் சக்கரமாற் கருளியவாறு
எங்கும் பரவிநாம் தோணோக்கம் ஆடாமோ.
324

காமனுடலுயிர் காலன்பற் காய்கதிரோன்
நாமகள் நாசிசிரம் பிரமன் கரம்எரியைச்
சோமன் கலைதலை தக்கனையும்
எச்சனையுந்
தூய்மைகள் செய்தவா தோணோக்கம்
ஆடாமோ. *325*

பிரமன் அரியென் றிருவருக்கம்
பேதைமையால்
பரமம் யாம்பரமம் என்றவர்கள்
பதைப்பொடுங்க
அரனார் அழலுருவாய் அங்கே அளவிறந்து
பரமாகி நின்றவா தோணோக்கம் ஆடாமோ.
326

ஏழைத் தொழும்பனேன் எத்தனையோ

காலமெல்லாம்
பாழுக் கிறைத்தேன் பரம்பரனைப்
பணியாதே
ஊழிமுதற் சிந்தாத நன்மணிவந் தென்பிறவித்
தாழைப் பறித்தவா தோணோக்கம் ஆடாமோ.
327

உரைமாண்ட உள்ளொளி உத்தமன்வந்
துளம்புகலும்
கரைமாண்ட காமப்பெருங்கடலைக்
கடத்தலுமே
இரைமாண்ட இந்திரியப் பறவை இரிந்தோடத்
துரைமாண்ட வாபாடித் தோணோக்கம்
ஆடாமோ. *328*

திருச்சிற்றம்பலம்

16. திருப்பொன்னூசல் - அருட் சுத்தி

(தில்லையில் அருளியது - ஆறடித்தரவு கொச்சகக் கலிப்பா)

சீரார் பவளங்கால் முத்தங் கயிறாக
ஏராரும் பொற்பலகை ஏறி இனிதமர்ந்து
நாரா யணன் அறியா நாண்மலர்த்தான்
நாயடியேற்கு
ஊராகத் தந்தருளும் உத்தர கோசமங்கை
ஆரா அமுதின் அருள்தா ளிணைப்பாடிப்
போரார் கண்மடவீர் பொன்னூசல் ஆடாமோ.
329

மூன்றங் கிலங்கு நயனத்தன் மூவாத
வான்தங்கு தேவர்களுங் காணா மலரடிகள்
தேனதங்கித் தித்தித் தமுதூறித்
தான்தெளிந்தங்கு
ஊன்தங்கி நின்றுருக்கும் உத்தர
கோசமங்கைக்
கோன்தங் கிடைமருது பாடிக் குலமஞ்ஞை
போன்றங் கனநடையீர் பொன்னூசல்
ஆடாமோ. *330*

முன்னீறும் ஆதியு மில்லான் முனிவர்குழாம்
பன்னூறு கோடி யிமையோர்கள் தாம் நிற்பத்
தன்னீ றெனக்குருளித் தன்கருணை
வெள்ளத்து
மன்னூற மன்னுமணி யுத்தர கோசமங்கை
மின்னேறு மாட வியன்மா ளிகைபாடிப்
பொனனேறு பூண்முலையீர் பொன்னூசல்
ஆடாமோ. *331*

நஞ்சமர் கண்டத்தன் அண்டத் தவர்நாதன்

மஞ்சுதோய் மாடமணி உத்தரகோசமங்கை
அஞ்சுசொலாள் தன்னோடுங் கூடி
அடியவர்கள்
நெஞ்சுளே நின்றமுத மூறிக் கருணைசெய்து
துஞ்சல் பிறப்பறுப்பான் தூய புகழ்பாடிப்
புஞ்சுமார் வெள்வளையீர் பொன்னூசல்
ஆடாமோ. *332*

ஆணோ அலியோ அரிவையோ என்றிருவர்
காணாக் கடவுள் கருணையினால்
தேவர்குழாம்
நாணாமே உய்யஆட் கொண்டருளி
நஞ்சுதனை
ஊணாக உண்டருளும் உத்தர கோமங்கைக்
கோணார் பிறைச்சென்னிக் கூத்தன்
குணம்பரவிப்
பூணார் வனமுலையீர் பொன்னூசல்
ஆடாமோ. *333*

மாதாடு பாகத்தன் உத்தர கோசமங்கைத்
தாதாடு கொன்றைச் சடையான் அடியாருள்
கோதாட்டி நாயேனை ஆட்கொண்டென்
தொல்பிறவித்
தீதோடா வண்ணந் திகழப் பிறப்பறுப்பான்
காதாடு குண்டலங்கள் பாடிக் கசிந்தன்பால்
போதாடு பூண்முலையீர் பொன்னூசல்
ஆடாமோ. *334*

உன்னற் கரியதிரு வுத்தர கோசமங்கை
மன்னிப் பொலிந்திருந்த மாமறையோன்
தன்புகழே
பன்னிப் பணிந்திறைஞ்சப் பாவங்கள்
பற்றறுப்பான்

அன்னத்தின் மேலேறி ஆடுமணி மயில்போல்
என்னத்தன் என்னையும் ஆட்கொண்டான்
எழில்பாடிப்
பொன்னொத்த பூண்முலையீர் பொன்னூசல்
ஆடாமோ. *335*

கோலவரைக்குடுமி வந்து குவலத்துச்
சால அமுதுண்டு தாழ்கடலின் மீதெழுந்து
ஞால மிகப்பரிமேற் கொண்டு
நமையாண்டான்
சீலந் திகழுந் திருவுத்தர கோசமங்கை
மாலுக் கரியானை வாயார நாம்பாடிப்
பூலித் தகழ்குழைந்து பொன்னூசல் ஆடாமோ.
336

தெங்குலவு சோலைத் திருஉத்தர
கோசமங்கை
தங்குலவு சோதித் தனியுருவம் வந்தருளி
எங்கள் பிறப்பறுத்திட் டெந்தரமும்
ஆட்கொள்வான்
பங்குலவு கோதையுந் தானும் பணிகொண்ட
கொங்குலவு கொன்றைச் சடையான்
குணம்பரவிப்
பொங்குலவு பூண்முலையீர் பொன்னூசல்
ஆடாமோ. *337*

திருச்சிற்றம்பலம்

17. அன்னைப் பத்து - ஆத்தும பூரணம்
(தில்லையில் அருளியது - கலிவிருத்தம்)

வேத மொழியர்வெண் ணீற்றர்செம் மேனியர்
நாதப் பறையினர் அன்னே என்னும்
நாதப் பறையினர் நான்முகன் மாலுக்கும்
நாதரிந் நாதனார் அன்னே என்னும். *338*

கண்ணஞ் சனத்தார் கருணைக் கடலினர்
உள்நின் றுருக்குவர் அன்னே என்னும்
உள்நின் றுருக்கி உலப்பிலா ஆனந்தக்
கண்ணீர் தருவரால் அன்னே என்னும். *339*

நித்த மணாளர் நிரம்ப அழகியர்
சித்தத் திருப்பரால் அன்னே என்னும்
சித்தத் திருப்பவர் தென்னன் பெருந்துறை
அத்தர்ஆ னந்தரால் அன்னே என்னும். *340*

ஆடரப் பூணுடைத் தோல்பொடிப் பூசிற்றோர்
வேடம் இருந்தவா றன்னே என்னும்
வேடம் இருந்தவா கண்டுகண் டென்னுள்ளம்
வாடும் இதுவென்ன அன்னே என்னும். *341*

நீண்ட கரத்தர் நெறிதரு குஞ்சியர்
பாண்டிநன் னாடரால் அன்னே என்னும்
பாண்டிநன் னாடர் பரந்தெழு சிந்தையை
ஆண்டன்பு செய்வரால் அன்னே என்னும். *342*

உன்னற் கரியசீர் உத்தர மங்கையர்
மன்னுவ தென்நெஞ்சில் அன்னே என்னும்
மன்னுவ தென்நெஞ்சில் மாலயன்
காண்கிலார்
என்ன அதியசம் அன்னே என்னும். *343*

வெள்ளைக் கலிங்கத்தர் வெண்திரு
முண்டத்தர்
பள்ளிக்குப் பாயந்தர் அன்னே என்னும்
பள்ளிக்குப் பாயத்தர் பாய்பரி
மேற்கொண்டான்
உள்ளங் கவர்வரால் அன்னே என்னும். *344*

தாளி அறுகினர் சந்தனச் சாந்தினர்
ஆளெம்மை ஆள்வரால் அன்னே என்னும்
ஆளெம்மை ஆளும் அடிகளார் தங்கையில்
தாள மிருந்தவா றன்னே என்னும். *345*

தையலோர் பங்கினர் தாபத வேடத்தர்
ஐயம் புகுவரால் அன்னே என்னும்
ஐயம் புகுந்தவர் போதலும் என்னுள்ளம்
நையுமிது வென்னே அன்னே என்னும். *346*

கொன்றை மதியமும் கூவின மத்தமும்
துன்றிய சென்னியர் அன்னே என்னும்
துன்றிய சென்னியின் மத்தம்உன் மத்தமே
இன்றெனக் கானவா றன்னே என்னும். *347*

திருச்சிற்றம்பலம்

18. குயிற்பத்து - ஆத்தும இரக்கம்

(தில்லையில் அருளியது - ஆசிரிய விருத்தம்)

கீத மினிய குயிலே கேட்டியேல் எங்கள்
பெருமான்
பாத மிரண்டும் வினவில் பாதாளம் ஏழினுக்
கப்பால்
சோதி மணிமுடி சொல்லிற் சொல்லிறந்து
நின்ற தொன்மை
ஆதிகுண மொன்று மில்லான் அந்தமி
லான்வரக் கூவாய். *348*

ஏர்தரும் ஏழுல கேத்த எவ்வுரு வுந்தன்
னுருவாய்
ஆர்கலி சூழ்தென் னிலங்கை அழகமர்
வண்டோ தரிக்குப்
பேரருளின்ப மளித்த பெருந்துறை மேய
பிரானைச்
சீரிய வாயாற் குயிலே தென்பாண்டி
நாடனைக் கூவாய். *349*

நீல வுருவிற் குயிலே நீள்மணி மாடம் நிலாவுங்
கோல அழகில் திகழுங் கொடிமங்கை
உள்ளுறை கோயில்
சீலம் பெரிதும் இனிய திருவுத் தரகோச
மங்கை
ஞாலம் விளங்க இருந்த நாயக னைவரக்
கூவாய். *350*

தேன்பழச் சோலை பயிலுஞ் சிறுகுயி லேயிது
கேள்நீ
வான்பழித் திம்மண் புகுந்து மனிதரை

ஆட்கொண்ட வள்ளல்
ஊன்பழித் துள்ளம் புகுந்தென் உணர்வது
வாய வொருத்தன்
மான்பழித் தாண்டமெல் நோக்கி மணாளனை
நீவரக் கூவாய். *351*

சுந்தரத் தின்பக் குயிலே சூழ்சுடர் ஞாயிறு
போல
அந்தரத் தேநின் றிழிந்திங் கடியவ ராசை
அறுப்பான்
முந்தும் நடுவும் முடிவு மாகிய மூவ ரறியாச்
சிந்துரச் சேவடி யானைச் சேவக னைவரக்
கூவாய். *352*

இன்பந் தருவன் குயிலே ஏழுல கும்முழு தாளி
அன்பன் அமுதளித் தூறும் ஆனந்தன்
வான்வந்த தேவன்
நன்பொன் மணிச்சுவ டொத்த நற்பரி
மேல்வரு வானைக்
கொம்பின் மிழற்றுங் குயிலே கோகழி
நாதனைக் கூவாய். *353*

உன்னை உகப்பன் குயிலே உன்துணைத்
தோழியும் ஆவன்
பொன்னை அழிந்தநன் மேனிப் புகழில்
திகழும் அழகன்
மன்னன் பரிமிசை வந்த வள்ளல் பெருந்துறை
மேய
தென்னவன் சேரவன் சோழன் சீரப்புயங்
கன்வரக் கூவாய். *354*

வாயிங்கே நீகுயிற் பிள்ளாய் மாலொடு
நான்முகன் தேடி

ஓவியவ ருன்னி நிற்ப ஒண்தழல் விண்பிளந்
தோங்கி
மேவிஅன் றண்டங் கடந்து விரிசுட ராய்நின்ற
மெய்யன்
தாவி வரும்பரிப் பாகன் தாழ்சடை
யோன்வரக் கூவாய். *355*

காருடைப் பொன்திகழ் மேனிக் கடிபொழில்
வாழுங் குயிலே
சீருடைச் செங்கமலத்தில் திகழுரு வாகிய
செல்வன்
பாரிடைப் பாதங்கள் காட்டிப் பாசம்
அறுத்தெனை யாண்ட
ஆருடை அம்பொனின் மேனி அமுதினை
நீவரக் கூவாய். *356*

கொந்தண வும்பொழிற் சோலைக் கூங்குயி
லேயிது கேள்நீ
அந்தண னாகிவந்திங்கே அழகிய சேவடி
காட்டி
எந்தம ராம்இவ னென்றிங் கென்னையும்
ஆட்கொண்டருளும்
செந்தழல் போல்திரு மேனித் தேவர்பி
ரான்வரக் கூவாய். *357*

திருச்சிற்றம்பலம்

_19._ திருத்தசாங்கம் - அடிமை கொண்ட முறைமை

(தில்லையில் அருளியது -நேரிசை வெண்பா)

ஏரார் இளங்கிளியே எங்கள் பெருந்துறைக்கோன்
சீரார் திருநாமம் தேர்ந்துரையாய் - ஆரூரன்
செம்பெருமான் வெண்மலாரான் பாற்கடலான் செப்புவபோல்
எம்பெருமான் தேவர்பிரான் என்று. *358*

ஏதமிலா இன்சொல் மரகதமே ஏழ்பொழிற்கும்
நாதன்மை ஆளுடையான் நாடுரையாய் - காதலவர்க்கு
அன்பாண்டு மீளா அருள்புரிவான் நாடென்றும்
தென்பாண்டி நாடே தெளி. *359*

தாதாடு பூஞ்சோலைத் தத்தாய் நமையாளும்
மாதாடும் பாகத்தான் வாழ்பதியென் - கோதட்டிப்
பத்தரெல்லாம் பார்மேற் சிவபுரம்போற் கொண்டாடும்
உத்தர கோசமங்கை யூர். *360*

செய்யவாய்ப் பைஞ்சிறகிற் செல்வீநஞ் சிந்தைசேர்
ஐயன் பெருந்துறையான் ஆறுரையாய் - தையலாய்
வான்வந்த சிந்தை மலங்கழுவ வந்திழியும்
ஆனந்தங் காணுடையான் ஆறு. *361*

கிஞ்சுகவாய் அஞ்சுகமே கேடில்
பெருந்துறைக்கோன்
மஞ்சன் மருவும் மலைபகராய் - நெஞ்சத்து
இருளகல வாள்வீசி இன்பமரும் முத்தி
அருளுமலை என்பதுகாண் ஆய்ந்து. *362*

இப்பாடே வந்தியம்பு கூடுபுகல் என்கிளியே
ஒப்பாடாச் சீருடையான் ஊர்வதென்னே -
எப்போதும்
தேன்புரையுஞ் சிந்தையராய்த் தெய்வப்பெண்
ணேத்திசைப்ப
வான்புரவி யூரும் மகிழ்ந்து. *363*

கோற்றேன் மொழிக்கிள்ளாய் கோதில்
பெருந்துறைக்கோள்
மாற்றாறை வெல்லும் படைபகராய் - ஏற்றார்
அழுக்கடையா நெஞ்சுருக மும்மலங்கள்
பாயுங்
கழுக்கடைகாண் கைக்கொள் படை. *364*

இன்பால் மொழிக்கிள்ளாய் எங்கள்
பெருந்துறைக்கோள்
முன்பால் முழங்கும் முரசியம்பாய் - அன்பாற்
பிறவிப் பகைகலங்கப் பேரின்பத் தோங்கும்
பருமிக்க நாதப் பறை. *365*

ஆய மொழிக்கிள்ளாய் அள்ளூறும்
அன்பர்பால்
மேய பெருந்துறையான் மெய்த்தாரென் -
தீயவினை
நாளுமணு காவண்ணம் நாயேனை
ஆளுடையான்
தாளிஅறு காம் உவந்த தார். *366*

சோலைப் பசுங்கிளியே தூநீர்ப்
பெருந்துறைக்கோன்
கோலம் பொலியுங் கொடிகூறாய் - சாலவும்
ஏதிலார் துண்ணென்ன மேல்விளங்கி
ஏர்காட்டும்
கோதிலா ஏறாம் கொடி. *367*

திருச்சிற்றம்பலம்

20. திருப்பள்ளியெழுச்சி - திரோதான சுத்தி

(திருப்பெருந்துறையில் அருளியது -எண்சீர் கழி நெழிலடி ஆசிரிய விருத்தம்)

போற்றியென் வாழ்முத லாகிய பொருளே
புலர்ந்தது பூங்கழற் கிணைதுணை மலர்கொண்
டேற்றிநின் திருமுகத் தெமக்கருள் மலரும்
எழில்நகை கொண்டுநின் திருவடி தொழுகோம்
சேற்றிதழ்க் கமலங்கள் மலரும்தண் வயல்சூழ்
திருப்பெருந் துறை உறை சிவபெருமானே
ஏற்றுயர் கொடியுடை யாய்எனை யுடையாய்
எம்பெரு மான்பள்ளி யெழுந்தருளாயே. *368*

அருணண்இந்திரன் திசை அணுகினன் இருள்போய்
அகன்றது உதயம்நின் மலர்த்திரு முகத்தின்
கருனையின் சூரியன் எழவெழ நயனக்
கடிமலர் மலரமற்று அண்ணலங் கண்ணாம்
திரள்நிரை அருள்பதம் முரல்வன இவையோர்
திருப்பெருந் துறையுறை சிவபெருமானே
அருள் நிதி தர வரும் ஆனந்த மலையே
அலைகடலே பள்ளி யெழுந்தருளாயே. *369*

கூவின பூங்குயில் கூவின கோழி
குருகுகள் இயம்பின இயம்பின சங்கம்
ஓவின தாரகை ஒளியொளி உதயத்து
ஒருப்படு கின்றது விருப்பொடு நமக்குத்
தேவநற் செறிகழல் தாளிணை காட்டாய்
திருப்பெருந் துறையுறை சிவபெருமானே
யாவரும் அறிவரி யாய்எமக் கெளியாய்

எம்பெரு மான்பள்ளி யெழுந்தருளாயே. *370*

இன்னிசை வீணையர் யாழினர் ஒருபால்
இருக்கொடு தோத்திரம் இயம்பினர்
ஒருபால்
துன்னிய பிணைமலர்க் கையினர்
துவள்கையர் ஒருபால்
தொழுகையர் அழுகையர் துவள்கையர்
ஒருபால்
சென்னியில் அஞ்சலி கூப்பினர் ஒருபால்
திருப்பெருந் துறையுறை சிவபெரு மானே
என்னையும் ஆண்டுகொண்டின்னருள் புரியும்
எம்பெரு மான்பள்ளி யெழுந்தருளாயே. *371*

பூதங்கள் தோறும்நின் றாய்எனின் அல்லால்
போக்கிலன் வரவிலன் எனநினைப்
புலவோர்
கீதங்கள் பாடுதல் ஆடுதல் அல்லால்
கேட்டறி யோம்உனைக் கண்டறி வாரைச்
சீதங்கொள் வயல்திருப் பெருந்துறை மன்னா
சிந்தனைக் கும்அரியாய் எங்கள் முன்வந்து
ஏதங்கள் அறுத்தெம்மை ஆண்டருள் புரியும்
எம்பெரு மான்பள்ளி யெழுந்தருளாயே. *372*

பப்பற விட்டிருந்து உணரும்நின் அடியுசர்
பந்தனை வந்தறுத் தார் அவர் பலரும்
மைப்பறு கண்ணியர் மானுடத் தியல்பின்
வணங்குகின்றார் அணங் கின்மண வாளா
செப்புறு கமலங்கண் மலரும்தண் வயல்சூழ்
திருப்பெருந் துறையுறை சிவபெருமானே
இப்பிறப்பு அறுத்து எமை ஆண்டருள் புரியும்

எம்பெரு மான்பள்ளி யெழுந்தருளாயே. *373*

அது பழச்சுவையென அமுதென அறிதற்கு
அரிதென எளிதென அமரும் அறியார்
இது அவன் திருவுரு இவன் அவன் எனவே
எங்களை ஆண்டுகொணடு இங்
கெழுந்தருளும்
மதுவளர் பொழில்திரு உத்தர கோச
மங்கையுள்ளாய்திருப் பெருந்துறை மன்னா
எதுஎமைப் பணிகொளு மாறது கேட்போம்
எம்பெருமான்பள்ளி யெழுந்தருளாயே. *374*

முந்திய முதல்நடு இறுதியும் ஆனாய்
மூவரும் அறிகிலர் யாவர்மற் றறிவார்
பந்தணை விரலியும் நீயும்நின்னடியார்
பழங்குடில் தொறும்எழுந் தருளிய பரனே
செந்தழல் புரைதிரு மேனியுங் காட்டித்
திருப்பெருந் துறையுறை கோயிலும் காட்டி
அந்தணன் ஆவதும் காட்டிவந் தாண்டாய்
ஆரமுதே பள்ளி யெழுந்தருள்யே. *375*

விண்ணகத் தேவரும் நண்ணவும் மாட்டா
விழுப்பொரு ளேயுன தொழுப்படி
யோங்கள்
மண்ணகத் தேவந்து வாழச்செய் தானே
வண்திருப் பெருந்துறை யாய்வழி
யடியோம்
கண்ணகத் தேநின்று களிதரு தேனே
கடலமு தேகரும் பேவிரும் படியார்
எண்ணகத் தாய்உல குக்குயி ரானாய்
எம்பெருமான்பள்ளி எழுந்தருளாயே. *376*

புவனியில் போய்ப்பிற வாமையின் நாள்நாம்

போக்குகின் றோம்அவ மேஇந்தப்பூமி
சிவனுய்யக் கொள்கின்ற வாறென்று
நோக்கித்
திருப்பெருந் துறையுறை வாய்திரு மாலாம்
அவன்விருப் பெய்தவும் மலரவன் ஆசைப்
படவும்நின் அவர்தம்மெய்க்கருணையும்
நீயும்
அவணியில் புகுந்தெமை ஆட்கொள்ள
வல்லாய்
ஆரமு தேபள்ளி யெழுந்தருளாயே. *377*

திருச்சிற்றம்பலம்

_21._ கோயில் மூத்த திருப்பதிகம் - அநாதியாகிய சற்காரியம்

(தில்லையில் அருளியது -அறுசீர்க் கழிநெடிலடி ஆசிரிய விருத்தம்)

உடையாள் உன்தன் நடுவிருக்கும் உடையாள்
நடுவுள் நீயிருத்தி
அடியேன் நடுவுள் இருவீரும் இருப்பதானால்
அடியேன்உன்
அடியார் நடுவுள் இருக்கும் அருளைப்புரி யாய்
பொன்னம்பலத்தெம்
முடியா முதலே என்கருத்து முடியும் வண்ணம்
முன்னின்றே. *378*

முன்னின் றாண்டாய் எனை முன்னம் யானும்
அதுவே முயல்வுற்றுப்
பின்னின் றேவல் செய்கின்றேன் பிற்பட்
டொழிந்தேன் பெம்மானே
என்னின் றருளி வரநின்று போந்தி டென்னா
விடில் அடியார்
உன்னின் றிவனார் என்னாரோ பொன்னம்
பலக்கூத் துகந்தானே. *379*

உகந்தானே அன்புடை அடிமைக்
குருகாவுள்ளத் துணிர்விலியேன்
சகந்தான் அறிய முறையிட்டால் தக்கவாறன்
றென்னாரோ
மகந்தான் செய்து வழிவந்தார் வாழ
வாழ்ந்தாய் அடியேற்குன்
முகந்தான் தாரா விடின்முடிவேன் பொன்னம்
பலத்தெம் முழுமுதலே. *380*

முழுமுத லேஐம் புலனுக்கும் மூவர்க்கும்

என்தனக்கும்
வழிமுதலேநின் பழவடி யார் திரள்வான்
குழுமிக்
கெழுமுத லேயருள் தந்தி
ருக்கஇரங்குங்கொல்லோ என்று
அழுமதுவேயன் றிமந்றென் செய்கேன்
பொன்னம் பலத்தரைசே. *381*

அரைசே பொன்னம் பலத்தாடும் அமுதே
என்றுன் அருள்நோக்கி
இரைதேர் கொக்கொத் திரவுபகல்
ஏசற்றிருந்தே வேசற்றேன்
கரைசேர் அடியார் களிசிறப்பக் காட்சி
கொடுத்துன் அடியேன்பால்
பிரைசேர் பாலின் நெய்போலப் பேசா
திருந்தால் ஏசாரோ. *382*

ஏசா நிற்பர் என்னைஉனக் கடியா னென்று
பிறரெல்லாம்
பேசா நிற்பர் யான்தானும் பேணா நிற்பேன்
நின்னருளே
தேசா நேசர் சூழ்ந்திருக்குந் திருவோ லக்கஞ்
சேவிக்க
ஈசா பொன்னம் பலத்தாடும் எந்தாய்
இனித்தான் இரங்காயே. *383*

இரங்கும் நமக்கம் பலக்கூத்தன் என்றென்
றேமாந்திருப்பேனை
அருங்கற் பனைகற் பித்தாண்டாய் ஆள்வா
ரிலிமா டாவேனோ
நெருங்கும் அடியார் களும்நீயும் நின்று
நிலாவி விளையாடும்
மருங்கே சார்ந்து வரஎங்கள் வாழ்வே

வாவென்றருளுவாயே. *384*

அருளா தொழிந்தால் அடியேனை அஞ்சல்
என்பார் ஆர்இங்குப்
பொருளா என்னைப் புகுந்தாண்ட பொன்னே
பொன்னம்பலக்கூத்தா
மருளார் மனத்தோ டுனைப்பிரிந்து
வருந்துவேனை வாவென்றுன்
தெருளார் கூட்டங் காட்டாயேல் செத்தே
போனாற் சிரியாரோ. *385*

சிரிப்பார் களிப்பார் தேனிப்பார்
திரண்டுதிரண்டுன் திருவார்த்தை
விரப்பார் கேட்பார் மெச்சுவார் வெவ்வே
றிருந்துன் திருநாமம்
தரிப்பார் பொன்னம் பலத்தாடும் தலைவா
என்பார் அவர்முன்னே
தரிப்பாய் நாயேன் இருப்பேனோ நம்பி
இனித்தான் நல்காயே. *386*

நல்கா தொழியான் நமக்கென்றும் நாமம்
பிதற்றி நயனனீர்
மல்கா வாழ்த்தா வாய்குழறா வணங்கா
மனத்தால் நினைந்துருகிப்
பல்காலுன்னப் பாவித்துப் பரவிப் பொன்னம்
பலமென்றே
ஒல்கா நிற்கும் உயிர்க்கிரங்கி அருளாய்
என்னை உடையானே. *387*

திருச்சிற்றம்பலம்

22. கோயில் திருப்பதிகம் - அநுபோக இலக்கணம்

(தில்லையில் அருளியது -
எழுசீர்க்கழி நெடிலடி ஆசிரிய விருத்தம்)

மாறிநின்றென்னை மயங்கிடும் வஞ்சப்
புலனைந்தின் வழியடைத் தமுதே
ஊறிநின்றென்னுள் எழுபரஞ்சோதி
உள்ளவா காணவந்தருளாய்
தேறலின் தெளிவே சிவபெருமானே
திருப்பெருந்துறையுறை சிவனே
ஈறிலாப் பதங்கள் யாவையும் கடந்த
இன்பமே என்னுடை அன்பே. *388*

அன்பினால் அடியேன் ஆவியோ டாக்கை
ஆனந்த மாய்க் கசிந்துருக
என்பாம் அல்லா இன்னருள் தந்தாய்
யானிதற் கிலனொர்கைம்மாறு
முன்புமாய்ப் பின்னும் முழுதுமாய்ப்
பரந்த முத்தனே முடிவிலா முதலே
தென்பெருந்துறையாய் சிவபெருமானே
சீருடைச் சிவபுரத்தரைசே. *389*

அரைசனே அன்பர்க் கடியனே னுடைய
அப்பனே ஆவியோ டாக்கை
புரைபுரை கனியப் புகுந்துநின்றுருக்கிப்
பொய்யிருள் கடிந்த மெய்ச்சுடரே
திரைபொரா மன்னும் அமுதத் தெண்கடலே
திருப்பெருந்துறையுறை சிவனே
உரையுணர் விறந்துநின்றுணர்வதோர்
உணர்வே

யானுன்னை உரைக்குமா றுணர்த்தே. *390*

உணர்ந்த மாமுனிவர் உம்பரோ டொழிந்தார்
உணர்வுக்குந் தெரிவரும் பொருளே
இணங்கிலி எல்லா உயிர்கட்கும் உயிரே
எனைப் பிறப் பறுக்கும் எம்மருந்தே
திணிந்ததோர் இருளில் தெளிந்ததூ வெளியே
திருப்பெருந்துறையுறை சிவனே
குணங்கள் தாமில்லா இன்பமே உன்னைக்
குறுகினேற் கினியென்ன குறையே. *391*

குறைவிலா நிறைவே கோதிலா அமுதே
ஈறிலாக் கொழுஞ்சுடர்க் குன்றே
மறையுமாய் மறையின் பொருளுமாய்
வந்தேன்
மனத்திடை மின்னிய மன்னே
சிறைபெறா நீர்போல் சிந்தைவாய்ப்பாயும்
திருப்பெருந்துறையுறை சிவனே
இறைவனே நீயென் உடலிடங் கொண்டாய்
இனியுன்னை யென்னிரக் கேனே. *392*

இரந்திரந் துருக என்மனத் துள்ளே
ஏகின்ற சோதியே இமையோர்
சிரந்தனிற் பொலியுங் கமலச்சே வடியாய்
திருப்பெருந்துறையுறை சிவனே
நிரந்தஆகாயம் நீர்நிலம் தீகால்
ஆயவை அல்லையாய் ஆங்கே
கரந்ததோர் உருவே களித்தனன் உன்னைக்
கண்ணுறங் கண்டுகொண்டின்றே. *393*

இன்றெனக் கருளி இருள்கடிந்துள்ளக்
தெழுகின்ற ஞாயிறே போன்று
நின்றநின் தன்மை நினைப்பற நினைந்தேன்

நீயலால் பிறிது மற்றின்மை
சென்றுசென்றுணுவாய்த்
தேய்ந்துதேய்ந்தொன்றாம்
திருப்பெருந்துறையுறை சிவனே
ஒன்றும் நீயல்லை அன்றியொன் றில்லை
யாருன்னை அறியகிற்பாரே. *394*

பார்பதம் அண்டம் அனைத்துமாய்
முளைத்துப்
பரந்ததோர் படரொளிப் பரப்பே
நீருறு தீயே நினைவதேல் அரிய
நின்மலா நின்னருள் வெள்ளச்
சீருறு சிந்தை எழுந்ததோர் தேனே
திருப்பெருந்துறையுறை சிவனே
ஆருற வெனக்கிய காரய லுள்ளார்
ஆனந்தம் ஆக்குமென் சோதி. *395*

சோதியாய்த் தோன்றும் உருவமே அருவாம்
ஒருவனே சொல்லுதற் கரிய
ஆதியே நடுவே அந்தமே பந்தம்
அறுக்கும் ஆனந்தமா கடலே
தீதிலா நன்மைத் திருவருட்குன்றே
திருப்பெருந்துறையுறை சிவனே
யாதுநீ போவதோர் வகையெனக்கருளாய்
வந்துநின் இணையடி தந்தே. *396*

தந்ததுன் தன்னைக் கொண்டதென் றன்னைச்
சங்கரா ஆர்கொலோ சதுரர்
அந்தமொன் றில்லா ஆனந்தம் பெற்றேன்
யாதுநீ பெற்றதொன் றென்பால்
சிந்தையே கோயில் கொண்ட எம்பெருமான்
திருப்பெருந்துறையுறை சிவனே
எந்தையே ஈசா உடலிடங் கொண்டாய்

யான் இதற் கிலன்ஓர்கைம் மாறே. *397*

திருச்சிற்றம்பலம்

23. செத்திலாப் பத்து

சிவானந்தம் - அளவறுக்கொணாமை
(தில்லையில் அருளியது-
எண் சீர்க்கழி நெடிலடி ஆசிரிய விருத்தம்)

பொய்யனேன் அகம்நெகப் புகுந்தமுதூறும்
புகுமலர்க்கழலிணையடி பிரிந்தும்
கையனேன் இன்னுஞ் செத்திலேன் அந்தோ
விழித்திருந் துள்ளக் கருத்தினை இழந்தேன்
ஐயனே அரனே அருப்பெருங் கடலே
அத்தனே அயன் மாற்கறி யொண்ணாச்
செய்யமே னியனே செய்வகை அறியேன்
திருப்பெருந்துறையுறை மேவிய சிவனே.
398

புற்று மாய்மர மாய்ப்புனல் காலே
உண்டி யாய் அண்ட வாணரும் பிறரும்
மற்றியாரும் நின்மலரடி காணா
மன்ன என்னையோர் வார்த்தையுட்
படுத்துப்
பற்றினாய் பதையேன் மனமிக உருகேன்
பரிகிலேன் பரியாவுடல் தன்னைச்
செற்றிலேன் இன்னுந் திரிதருகின்றேன்
திருப்பெருந்துறையுறை மேவிய சிவனே.
399

புலைய னேனையும் பொருளென நினைந்துன்
அருள்புரிந்தனை புரிதலுங் களித்துத்
தலையினால் நடந்தேன் விடைப்பாகா
சங்கரா எண்ணில் வானவர்க்கெல்லாம்
நிலையனே அலைநீர்விடமுண்ட நித்தனே
அடையார்புர மெரிந்த
சிலையனே யெனைச் செத்திடப் பணிவாய்

திருப்பெருந்துறையுறை மேவிய சிவனே.
400

அன்பராகிமற் றருந்தவம் முயல்வார்
அயனும் மாலுமற் றழலுறு மெழுகாம்
என்பராய் நினைவார் எனைப்பலர்
நிற்க இங்கெனை எற்றினுக் கண்டாய்
வன்பராய் முருடொக்கும் என்சிந்தை
மரக்கண் என்செவி இரும்பினும் வலிது
தென்பராய்த் துறை யாய் சிவலோகா
திருப்பெருந்துறையுறை மேவிய சிவனே.
401

ஆட்டுத்தேவர் தம் விதியொழிந் தன்பால்
ஐயனே என்றுன் அருள்வழி யிருப்பேன்
நாட்டுத்தேவரும் நாடரும் பொருளே
நாதனே உனைப் பிரிவறா அருளைப்
காட்டித்தேவநின் கழலிணை காட்டிக்
காயமாயத்தைக் கழிந்தருள் செய்யாய்
சேட்டைத்தேவர்தந் தேவர்பிரானே
திருப்பெருந்துறையுறை மேவிய சிவனே.
402

அறுக்கிலேன் உடல்துணிபடத்தீப்புக்
கார்கிலேன் திருவருள் வகையறியேன்
பொறுக்கிலேன்உடல் போக்கிடங் காணேன்
போற்றி போற்றியென் போர்விடைப் பாகா
இறக்கிலேன் உனைப்பிரிந்தினிதிருக்க
எனசெய்கேன்இது செய்க என்றருளாய்
சிறக்கணே புனல் நிலவிய வயல்சூழ்
திருப்பெருந்துறையுறை மேவிய சிவனே.
403

மாயனேமறிகடல்விடம் உண்ட
வானவாமணி கண்டந்தெம் அமுதே
நாயினேன் உனைநினையவும் மாட்டேன்
நமச்சிவாய என் றுன்னடி பணியாய்
பேயன் ஆகிலும் பெருநெறி காட்டாய்
பிறைகுலாஞ்சடைப் பிஞ்ஞகனேயோ
சேயனாகிநின்றலறுவ தழகோ
திருப்பெருந்துறையுறை மேவிய சிவனே.
404

போது சேரயன் பொருகடற் கிடந்தோன்
புரந்த ராதிகள் நிற்கமற்றென்னைக்
கோதுமாட்டிநின் குரைகழல் காட்டிக்
குறிக்கொள் கென்றுநின்தொண்டரிற்
கூட்டாய்
யாது செய்வதென் றிருந்தனன் மருந்தே
அடியனேன் இடர்ப்படுவதும் இனிதோ
சீதவார்புனல் நிலவிய வயல்சூழ்
திருப்பெருந்துறையுறை மேவிய சிவனே.
405

ஞாலம் இந்திரன் நான்முகன் வானவர்
நிற்க மற்றெனை நயந்தினி தாண்டாய்
காலன் ஆர்உயிர்கொண்ட பூங்கழலாய்
கங்கை யாய் அங்கி தங்கிய கையாய்
மாலும் ஓலமிட்டலறும் அம்மலர்க்கே
மரக்க ணேனேயும் வந்திடப் பணியாய்
சேலும் நீலமும் நிலவிய வயல்சூழ்
திருப்பெருந்துறையுறை மேவிய சிவனே.
406

அளித்துவந்தெனக் காவஎன்றருளி

அச்சந்தீர்த்தநின் அருட்பெருங்கடலில்
திளைத்துந்தேக்கியும் பருகியும் உருகேன்
திருப்பெருந்துறையுறை சிவனே
வளைக்கை யானொடு மலரவன் அறியா
வான வாமலை மாதொரு பாகா
களிப்பெலாம் மிகக் கலங்கிடு கின்றேன்
கயிலை மாமலை மேவிய கடலே. *407*

திருச்சிற்றம்பலம்

24. அடைக்கலப் பத்து - பக்குவ நிண்ணயம்

(திருப்பெருந்துறையில் அருளியது - கலவைப் பாட்டு)

செழுக்கமலத் திரளனநின் சேவடி
நேர்ந்தமைந்த
பழுத்தமனத் தடியருடன் போயினர் யான்
பாவியேன்
புழுக்கணுடைப் புன்குரம்பைப்
பொல்லாக்கல்வி ஞானமிலா
அழுக்குமனத் தடியேன் உடையாய் உன்
அடைக்கலமே. *408*

வெறுப்பனவே செய்யும் என்சிறுமையைநின்
பெருமையினாற்
பொறுப்பவனே அராப் பூண்பவனேபொங்க
கங்கைசடைக்
செறுப்பவனே நின்திருவருளால்
பிறவியைவேர்
அறுப்பவனே உடையாய்அடியேன்உன்
அடைக்கலமே. *409*

பெரும்பெருமான்என் பிறவியை வேரறுத்துப்
பெரும்பிச்சுத்
தரும்பெருமான் சதுரப்பெருமான் என்
மனத்தினுள்ளே
வரும்பெருமான் மலரோன்
நெடுமாலறியாமல் நின்ற
அரும்பெருமான் உடையாய் அடியேன் உன்
அடைக்கலமே. *410*

பொழிகின்ற துன்பப் புயல்வெள்ளத்தில்நின்

கழற்புணைகொண்
டிழிகின்ற அன்பர்கள் ஏறினர் வான்யான்
இடர்க்கடல்வாய்ச்
சுழிசென்று மாதர்த் திரைபொரக் காமச்
சுறவெறிய
அழிகின்றனன் உடையாய் அடியேன் உன்
அடைக்கலமே. *411*

சுருள்புரி கூழையர் சூழலிற் பட்டுன்
திறம்மறந்திங்கு
இருள்புரி யாக்கையிலேகிடந் தெய்த்தனன்
மைத்திடங்கண்
வெருள்புரிமான்அன்ன நோக்கிதன்
பங்கவிண்ணோர்பெருமான்
அருள்புரியாய் உடையாய் அடியேன் உன்
அடைக்கலமே. *412*

மாழைமைப் பாவிய கண்ணியர் வன்மத்
திடவுடைந்து
தாழியைப் பாவு தயிர்போல் தளர்ந்தேன்
தடமலர்த்தாள்
வாழியெப் போதுவந்தெந்நாள் வணங்குவன்
வலவினையேன்
ஆழியப் பாவுடை யாய் அடியேன் உன்
அடைக்கலமே. *413*

மின்கணினார்நுடங்கும் இடையார்
வெகுளிவலையில் அகப்பட்டுப்
புன்கணனாய்ப்புரள் வேனைப் புரளாமற்
புகுந்தருளி
என்கணிலே அமுதூற்றித்தித் தித்தென்
பிழைக்கிரங்கும்
அங்கணனே உடையாய் அடியேன் உன்

அடைக்கலமே. *414*

மாவடு வகிரன்ன கண்ணியங் காறின்
மலரடிக்கே
கூவிடு வாய்கும்பிக் கேயிடு வாய் நின்
குறிப்பறியேன்
பாவிடையாடு குழல்போற் கரந்து பரந்த
உள்ளம்
ஆகெடுவேன் உடையாய் அடியேன் உன்
அடைக்கலமே. *415*

பிறிவறியார் அன்பாநின் அருட்பெய்கழல்
தாளிணைக்கீழ்
மறிவறியாச் செல்வம்வந்துபெற்றார் உன்னை
வந்திப்பதோர்
நெறியறி யேன் நின்னையே அறியேன்
நின்னையே அறியும்
அறிவறி ன் உடையாய் அடியேன் உன்
அடைக்கலமே. *416*

வழங்குகின்றாய்க்குன் அருளார் அமுதத்தை
வாரிக்கொண்டு
விழுங்குகின்றேன்விக்கி ன் வினையேன்
என்விதியின்மையால்
தழங்கருந்தேனன்ன தண்ணீர் பருகத்தந்
துய்யக் கொள்ளாய்
அழுங்குகின்றேன் உடையாய் அடியேன் உன்
அடைக்கலமே. *417*

திருச்சிற்றம்பலம்

25. ஆசைப்பத்து - ஆத்தும இலக்கணம்

(திருப்பெருந்துறையில் அருளியது
-அறுசீர்க்கழி நெடிலடி ஆசிரிய விருத்தம்)

கருடக்கொடியோன் காணமாட்டாக் கழற்சே
வடியென்னும்
பொருளைத் தந்திங் கென்னை யாண்ட
பொல்லா மணியையோ
இருளைத் துரந்திட் டிங்கே வாவென்றங்கே
கூவும்
அருளைப் பெறுவான் ஆசைப்பட்டேன்
கண்டாய் அம்மானே. *418*

மொய்ப்பால் நரம்பு கயிறாக மூளை என்பு
தோல் போர்த்த
குப்பாயம்புக் கிருக்க கில்லேன்
கூவிக்கொள்ளாய் கோவேயோ
எப்பா லவர்க்கும் அப்பாலாம்
என்னாரமுதேயோ
அப்பா காண ஆசைப்பட்டேன் கண்டாய்
அம்மானே. *419*

சீவார்ந் தீமொய்த் தழுக்கொடு திரயுஞ்
சிறுகுடில் இது சிதையக்
கூவாய் கோவே கூத்தா காத்தாட் கொள்ளுங்
குருமணியே
தேவா தேவர்க் கரியானே சிவனே சிறிதென்
முகநோக்கி
ஆவா வென்ன ஆசைப்பட்டேன் கண்டாய்
அம்மானே. *420*

மிடைந்தெலும் பூத்தை மிகக்கழுக் கூறல்
வீறிலி நடைக்கூடம்

தொடர்ந்தெனை நலியத் துயருறு கின்றேன்
சோத்தம் எம்பெருமானே
உடைந்துநைந் துருகி உன்னொளி நோக்கி
உன்திரு மலர்ப்பாதம்
அடைந்து நின்றிடவும் ஆசைப்பட்டேன்
கண்டாய் அம்மானே. *421*

அளிபுண்ணகத்துப் புறந்தோல் மூடி
அடியேனுடையாக்கை
புளியம் பழமொத் திருந்தேன்
இருந்தும்விடையாய் பொடியாடி
எளிவந்தென்னை ஆண்டுகொண்ட
என்னாரமுதேயோ
அளியேன் என்ன ஆசைப்பட்டேன் கண்டாய்
அம்மானே. *422*

எய்த்தேன் நாயேன் இனியிங்
கிருக்ககில்லேன் இவ்வாழ்க்கை
வைத்தாய் வாங்காய் வானோர் அறியா
மலர்ச்சே வடியானே
முத்தா உன்றன் முகவொளி நோக்கி முறுவல்
நகைகாண
அத்தா சால ஆசைப்பட்டேன் கண்டாய்
அம்மானே. *423*

பாரோர் விண்ணோர் பரவியேத்தும் பரனே
பரஞ்சோதி
வாராய் வாரா வுலகந்தந்து
வந்தாட்கொள்வானே
பேராயிரமும் பரவித் திரிந்தெம் பெருமான்
என ஏத்த
ஆரா அமுதே ஆசைப்பட்டேன் கண்டாய்
அம்மானே. *424*

கையால் தொழுதென் கழற்சே வடிகள் கழுமத்
தழுவிக்கொண்டு
எய்யா தென்றன்தலைமேல்
வைத்தெம்பெருமான் பெருமானென்று
ஐயா என்றன் வாயா லரற்றி அழல்சேர
மெழுகொப்ப
ஐயாற் றரசே ஆசைப்பட்டேன் கண்டாய்
அம்மானே. *425*

செடியா ராக்கைத் திறமற வீசிச்
சிவபுரநகர்புக்குக்
கடியார் சோதி கண்டுகொண்டென்
கண்ணினை களிகூரப்
படிதா னில்லாப் பரம்பரனே உன்பழஅடியார்
கூட்டம்
அடியேன் காண ஆசைப்பட்டேன் கண்டாய்
அம்மானே. *426*

வெஞ்சேலனைய கண்ணார்தம்
வெகுளிவலையில் அகப்பட்டு
நைஞ்சேன் நாயேன் ஞானச் சுடரே நானோர்
துணைகாணேன்
பஞ்சேரடியாள் பாகத்தொருவா பவளத்
திருவாயால்
அஞ்சேல் என்ன ஆசைப்பட்டேன் கண்டாய்
அம்மானே. *427*

திருச்சிற்றம்பலம்

26. அதிசியப் பத்து - முத்தி இலக்கணம்

(திருப்பெருந்துறையில் அருளியது -
அறுசீர்க்கழி நெடிலுடி ஆசிரிய விருத்தம்)

வைப்பு மாடென்றும் மாணிக்கத்
தொளியென்றும் மனத்திடை உருகாதே
செப்பு நேர்முலை மடவரலியர்தங்கள்
திரத்திடை நைவேனை
ஒப்பிலாதான உவமணி லிறந்தன ஒண்மலர்த்
திருப்பாதத்து
அப்பன் ஆண்டுதன் அடியரிற் கூட்டிய
அதிசயங் கண்டாமே. *428*

நீதியாவன யாவையும் நினைக்கிலேன்
நினைப்பவ ரொடுங்கூடேன்
ஏதமே பிறந்திறந்துழல்வேன் என்னடி
யானென்று
பாதி மாதொடுங் கூடிய பரம்பரன் நிரந்தர
மாய் நின்ற
ஆதிஆண்டுதன் அடியரிற் கூட்டிய அதிசயங்
கண்டாமே. *429*

முன்னை என்னுடை வல்வினை
போயிடமுக்கண துடையெந்தை
தன்னை யாவரும் அறிவதற் கரியவன்
எளியவன் அடியார்க்குப்
பொன்னை வென்றதோர் புரிசடை முடிதனில்
இளமதியதுவைத்த
அன்னை ஆண்டுதன் அடியரிற் கூட்டிய
அதிசயங் கண்டாமே. *430*

பித்த னென்றெனை உலகவர் பகர்வதோர்
காரணம்இதுகேளீர்

ஒத்துச் சென்றுதன் திருவருட் கூடிடும்
உபாயம தறியாமே
செத்துப் போய்அருநரகிடை வீழ்வதற்
கொருப்படு கின்றேனை
அத்தன் ஆண்டுதன் அடியரிற் கூட்டிய
அதிசயங் கண்டாமே. *431*

பரவு வாரவர் பாடுசென் றணைகிலேன்
பன்மலர் பறித்தேத்தேன்
குரவு வார் குழலார் திறத்தே நின்றுகுடிகெடு
கின்றேனை
இரவு நின்றெறி யாடிய எம்மிறை எரிசடை
மிளிர்கின்ற
அரவன் ஆண்டுதன் அடியரிற் கூட்டிய
அதிசயங் கண்டாமே. *432*

எண்ணிலேன் திருநாமவஞ் செழுத்தும்என்
ஏழைமை யதனாலே
நண்ணிலேன் கலைஞானிகள்
தம்மொடுநல்வினை நயவாதே
மண்ணிலே பிறந்திறந்து மண்ணாவதற்
கொருப்படு கின்றேனை
அண்ணல் ஆண்டுதன் அடியரிற் கூட்டிய
அதிசயங் கண்டாமே. *433*

பொத்தை ஊன்சுவர் புழுப்பொதிந்
துளுத்தசும் பொழுகிய பொய்க்கூரை
இத்தை மெய்யெனக் கருதிநின்றிடர்க் கடற்
சுழித்தலைப் படுவேனை
முத்து மாமணி மாணிக்க வயிரத்த
பவளத்தின் முழுச்சோதி
அத்தன் ஆண்டுதன் அடியரிற் கூட்டிய
அதிசயங் கண்டாமே. *434*

நீக்கி முன்னென்னைத் தன்னொடு நிலாவகை
குரம்பையிற் புகப்பெய்து
நோக்கி நுண்ணிய நொடியன சொற்செய்து
நுகமின்றி விளாக்கைத்துத்
தூக்கி முன்செய்த பொய்யறத் துகளறுத்
தெழுதரு சுடர்ச்சோதி
ஆக்கி ஆண்டுதன் அடியரிற் கூட்டிய
அதிசயங் கண்டாமே. *435*

உற்ற ஆக்கையின் உறுபொருள் நறுமலர்
எழுதரு நாற்றம் போல்
பற்றலாவ தோர் நிலையிலாப் பரம்பொருள்
அகப்பொருள் பாராதே
பெற்றவா பெற்ற பயனது நுகர்த்திடும்
பித்தர்சொல் தெளியாமே
அந்தன் ஆண்டுதன் அடியரிற் கூட்டிய
அதிசயங் கண்டாமே. *436*

இருள்திணிந்தெழுந்திட்டதோர் வல்வினைச்
சிறுகுடிலிதுவித்தைப்
பொருளெனக்களித் தருநரகத்திடை
விழப்புகுகின்றேனைத்
தெருளும் மும்மதில் நொடிவரை யிடிதரச்
சினப்பதத் தொடுசெந்தீ
அருளும் மெய்ந்நெறி பொய்ந்நெறி நீக்கிய
அதிசயங் கண்டாமே. *437*

திருச்சிற்றம்பலம்

27. புணர்ச்சிப்பத்து -அத்துவித இலக்கணம்

(திருப்பெருந்துறையில் அருளியது - ஆசிரிய விருத்தம்)

சுடர்பொற்குன்றைத் தோளாமுத்தை வாளா
தொழும்பு கந்து
கடைபட்டேனை ஆண்டுகொண்ட
கருணாலயனைக் கருமால் பிரமன்
தடைபட் டின்னுஞ் சார மாட்டாத் தன்னைத்
தந்த என்னா ரமுதைப்
புடைபட் டிருப்ப தென்றுகொல்லோஎன்
பொல்லா மணியைப் புணர்ந்தே. *438*

ஆற்ற கில்லேன் அடியேன் அரசே அவனி
தலத்ததைப் புலனாய
சேற்றி லழுந்தாச் சிந்தைசெய்து சிவனெம்
பெருமானென்றேத்தி
ஊற்று மணல்போல் நெக்குநெக் குள்ளே
உருகி ஓலமிட்டுப்
போற்றிநிற்ப தென்றுகொல்லோஎன் பொல்லா
மணியைப் புணர்ந்தே. *439*

நீண்டமாலும் அயனும் வெருவ நீண்ட
நெருப்பை விருப்பிலேனை
ஆண்டுகொண்ட என் ஆரமுதை
அள்ளூறுள்ளத் தடியார்முன்
வேண்டுந் தனையும் வாய்விட்டலறி
விரையார் மலர் தூவிப்
பூண்டு கிடப்ப தென்று கொல்லோ என்
பொல்லா மணியைப் புணர்ந்தே. *440*

அல்லிக் கமலத் தயனும் மாலும் அல்லா

தவரும் அமரர்கோனுஞ்
சொல்லிப் பரவும் நாமத் தானைச் சொல்லும்
பொருளும் இறந்த சுடரை
நெல்லிக் கனியைத் தேனைப் பாலை
நிறையின் அமுதை அமுதின் சுவையைப்
புல்லிப் புணர்வ தென்றுகொல்லோ என்
பொல்லா மணியைப் புணர்ந்தே. *441*

திகழத் திகழும் அடியும் முடியுங் காண்பான்
கீழ்மேல் அயனும் மாலும்
அகழப் பறந்துங் காண மாட்டா அம்மான்
இம்மா நிலமுழுதும்
திகழப் பணிகொண்டென்னை ஆட்கொண்டு
ஆ ஆ என்ற நீர்மையெலாம்
புகழப் பெறுவ தென்று கொல்லோ என்
பொல்லா மணியைப் புணர்ந்தே. *442*

பரிந்து வந்து பரமானந்தம் பண்டே அடியேற்
கருள் செய்யப்
பிரிந்து போந்து பெருமா நிலத்தில் அருமா
லுற்றேன் என்றென்று
சொரிந்த கண்ணீர் சொரிய உள்நீர் உரோமஞ்
சிலிர்ப்ப உகந்தன்பாய்ப்
புரிந்து நிற்பதென்று கோல்லோ என் பொல்லா
மணியைப் புணர்ந்தே. *443*

நினையப்பிறருக் கரிய நெருப்பை நீரைக்
காலை நிலனை விசும்பைத்
தனையொப் பாரை யில்லாத தனியை
நோக்கித் தழைத்துத் தழு த்தகண்டம்
கனையப் கண்ணீர் அருவி பாயக் கையுங்
கூப்பிக் கடிமலராற்
புனையப் பெறுவதென்று கொல்லோ என்

பொல்லா மணியைப் புணர்ந்தே. *444*

நெக்குநெக்குள் உருகி உருகி நின்றும்
இருந்தும் கிடந்தும் எழுந்தும்
நக்கும் அழுதும் தொழுதும் வாழ்த்தி
நானாவிதத்தாற் கூத்தும் நவிற்றிச்
செக்கர்போலும் திருமேனிதிகழ நோக்கிச்
சிலிர்சி லிர்த்துப்
புக்கு நிற்ப தென்றுகொல்லோ என் பொல்லா
மணியைப் புணர்ந்தே. *445*

தாதாய் மூவே ழுலகுக்குந் தாயே நாயேன்
தனையாண்ட
பேதாய் பிறவிப் பிணிக்கோர் மருந்தே
பெருந்தேன் பில்க எப்போதும்
ஏதா மணியே என்றென்றேத்தி இரவும் பகலும்
எழிலார்பாதப்
போதாய்ந் தணைவதென்று கொல்லோ என்
பொல்லா மணியைப் புணர்ந்தே. *446*

காப்பாய் படைப்பாய் கரப்பாய் முழுதுங்
கண்ணார் விசும்பின் விண்ணோர்க்கெல்லாம்
முப்பாய மூவா முதலாய் நின்ற முதல்வா
முன்னே எனையாண்ட
பார்ப்பானே எம்பரமா என்று பாடிப் பாடிப்
பணிந்து பாதப்
பூப்போதணைவ தென்று கொல்லோ என்
பொல்லா மணியைப் புணர்ந்தே. *447*

திருச்சிற்றம்பலம்

28. வாழாப்பத்து - முத்தி உபாயம்

(திருப்பெருந்துறையில் அருளியது -
அறு சீர்க்கழி நெடிலடி ஆசிரிய விருத்தம்)

பாரொடு விண்ணாய்ப் பரந்த எம்பரனே
பற்றுநான் மற்றிலேன் கண்டாய்
சீரொடு பொலிவாய் சிவபுரத்தரசே
திருப்பெருந்துறையுறை சிவனே
ஆரொடு நோகேன் ஆர்க்கெடுத் துரைக்கேன்
ஆண்டநீ அருளிலை யானால்
வார்கடல் உலகில் வாழ்கிலேன் கண்டாய்
வருகஎன்றருள் புரியாயே. *448*

வம்பனேன் தன்னை ஆண்டமா மணியே
மற்றுநான் பற்றிலேன் கண்டாய்
உம்பரும் அறியா ஒருவனே இருவர்க்
குணர்விறந்துலக மூடுருவுஞ்
செம்பெருமானே சிவபுரத்தரசே
திருப்பெருந்துறையுறை சிவனே
எம்பெருமானே எனனையாள்வானே
என்னைநீ கூவிக் கொண்டருளே. *449*

பாடிமால் புகழும் பாதமே அல்லால் பற்றுநான்
மற்றிலேன் கண்டாய்
தேடிநீ ஆண்டாய் சிவபுரத்தரசே
திருப்பெருந்துறையுறை சிவனே
ஊடுவ துனனோ டுவப்பதும் உன்னை
உணர்த்துவ துனக்கெனக்குறுதி
வாடினேன் இங்கு வாழ்கிலேன் கண்டாய்
வருகஎன்றருள் புரியாயே. *450*

வல்லைவாளரக்கர் புரமெரித்தானே
மற்றுநான் பற்றிலேன் கண்டாய்

தில்லைவாழ் கூத்தா சிவபுரத்தரசே
திருப்பெருந்துறையுறை சிவனே
எல்லைமூவுலகும் உருவியன் றிருவர்
காணும்நாள் ஆகியீ றின்மை
வல்லையாய் வளர்ந்தாய் வாழ்கிலேன்
கண்டாய் வருக என்றருள் புரியாயே. *451*

பண்ணினேர் மொழியாள் பங்கநீயல்லால்
பற்றுநான் மற்றிலேன் கண்டாய்
திண்ணமே ஆண்டாய் சிவபுரத்தரசே
திருப்பெருந்துறையுறை சிவனே
எண்ணமே உடல்வாய் மூக்கொடு செவிகண்
என்றினை நின்கணே வைத்து
மண்ணின்மேல் அடியேன் வாழ்கிலேன்
கண்டாய் வருகஎன்றருள் புரியாயே. *452*

பஞ்சின்மெல்லடியாள் பங்கநீ யல்லால்
பற்றுநான் மற்றிலேன் கண்டாய்
செஞ்செவே ஆண்டாய் சிவபுரத்தரசே
திருப்பெருந்துறையுறை சிவனே
அஞ்சினேன் நாயேன் ஆண்டுநீ அளித்த
அருளினை மருளினால் மறந்த
வஞ்சனேன் இங்கு வாழ்கிலேன் கண்டாய்
வருக என்றருள் புரியாயே. *453*

பரிதிவாழ் ஒளியாய் பாதமே யல்லால்
பற்றுநான் மற்றிலேன் கண்டாய்
திருவுயர்கோலச் சிவபுரத்தரசே
திருப்பெருந்துறையுறை சிவனே
கருணையே நோக்கிக் கசிந்துளம் உருகிக்
கலந்துநான் வாழுமா றறியா
மருளனேன் உலகில் வாழ்கிலேன் கண்டாய்
வருக என்றருள் புரியாயே. *454*

பந்தனை விரலாள் பங்கநீ யல்லால் பற்றுநான்
மற்றிலேன் கண்டாய்
செந்தழல் போல்வாய் சிவபுரத்தரசே
திருப்பெருந்துறையுறை சிவனே
அந்திமில் அமுதமே அருள்பெரும் பொருளே
ஆரமுதே அடியேனை
வந்துய்ய ஆண்டாய் வாழ்கிலேன் கண்டாய்
வருக என்றருள் புரியாயே. *455*

பாவநாசாவுன் பாதமே யல்லால் பற்றுநான்
மற்றிலேன் கண்டாய்
தேவர் தந்தேவே சிவபுரத்தரசே
திருப்பெருந்துறையுறை சிவனே
மூவுல குருவ இருவர்கீழ் மேலாய்
முழங்கழலாய் நிமிர்ந்தானே
மாவுரி யானே வாழ்கிலேன் கண்டாய் வருக
என்றருள் புரியாயே. *456*

பழுதில்சொல் புகழால் பங்கநீயல்லால்
பற்றுநான் மற்றிலேன் கண்டாய்
செழுமதி அணிந்தாய் சிவபுரத்தரசே
திருப்பெருந்துறையுறைச் சிவனே
தொழுவனோ பிறரைத் துதிப்பனோ
எனக்கோர் துணையென நினைவனோ
சொல்லாய்
மழவிடையானே வாழ்கிலேன் கண்டாய் வருக
என்றருள் புரியாயே. *457*

திருச்சிற்றம்பலம்

29. அருட்பத்து - மகாமாயா சுத்தி

(திருப்பெருந்துறையில் அருளியது -
எழுசீர்க் கழிநெடிலடி ஆசிரிய விருத்தம்)

சோதியே சுடரே சூழொளி விளக்கே
சுரிசூழற் பணைமுலை மடந்தை
பாதியே பரனே பால்கொள்வெண்ணீற்றாய்
பங்கயத் தயனுமா லறியா
நீதியே செல்வத் திருப்பெருந்துறையில்
நிறைமலர்க் குருந்தமே வியசீர்
ஆதியே அடியேன் ஆதரித் தழைத்தால்
அதெந்துவே என் றரு ளாயே. *458*

நிருத்தனே நிமலா நீற்றனே நெற்றிக்
கண்ணனே விண்ணுளோர் பிரானே
ஒருத்தனே உன்னை ஓலமிட்டலறி
உலகெலாந் தேடியுந் காணேன்
திருத்தமாம் பொய்கைத்
திருப்பெருந்துறையில்
செழுமலர்க் குருந்தமே வியசீர்
அருத்தமே அடியேன் ஆதரித் தழைத்தால்
அதெந்துவே என்றரு ளாயே. *459*

எங்கள்நாயகனே என்னுயிர்த் தலைவா
ஏலவார் குழலிமார் இருவர்
தங்கள் நாயகனே தக்கநற்காமன்
தனதுடல் தழலெழ விழித்த
செங்கண்நாயகனே திருப்பெருந்துறையில்
செழுமலர்க் குருந்தமே வியசீர்
அங்கணா அடியேன் ஆதரித் தழைத்தால்
அதெந்துவே என்றருளாயே. *460*

கமலநான்முகனுங் கார்முகில் நிறத்துக்

கண்ணனும் நண்ணுதற்கரிய
விமலனே எமக்கு வெளிப்படா யென்ன
வியன்தழல் வெளிப்பட்ட எந்தாய்
திமிலநான் மறைசேர் திருப்பெருந்துறையில்
செழுமலர்க் குருந்தமே வியசீர்
அமலனே அடியேன் ஆதரித் தழைத்தால்
அதெந்துவே என்றரு ளாயே. *461*

துடிகொள்நே ரிடையாள் சுரிகுழல் மடந்தை
துணைமுலைக் கண்கள்தோய் சுவடு
பொடிகொள்வான் தழலிற் புள்ளிபோ லிரண்டு
பொங்கொளி தங்குமார் பின்னே
செடிகொள்வான் பொழிலசூழ்
திருப்பெருந்துறையில்
செழுமலர்க் குருந்தமே வியசீர்
அடிகளே அடியேன் ஆதரித் தழைத்தால்
அதெந்துவே என்றரு ளாயே. *462*

துப்பனே தூயாய் தூயவெண்ணீறு
துதைந்தெழு துளங்கொளி வயிரத்
தொப்பனே உன்னை உள்குவார் மனத்தின்
உறுசுவை துளிக்கும் ஆரமுதே
செப்பமா மறைசேர் திருப்பெருந்துறையில்
செழுமலர்க் குருந்தமே வியசீர்
அப்பனே அடியேன் ஆதரித் தழைத்தால்
அதெந்துவே என்றரு ளாயே. *463*

மெய்யனே விகிர்தா மேருவே வில்லா
மேலவர் புரங்கள் மூன்றெரித்த
கையனே காலாற் காலனைக் காய்ந்த
கடுந்தழற் பிழம்பன்ன மேனிச்
செய்யனே செல்வத் திருப்பெருந்துறையில்

செழுமலர்க் குருந்தமே வியசீர்
ஐயனே அடியேன் ஆதரித் தழைத்தால்
அதெந்துவே என்றரு ளாயே. *464*

முத்தனே முதல்வா முக்கணா முனிவா
மொட்டறா மலர்பறித் திறைஞ்சிப்
பத்தியாய் நினைந்து பரவுவார் தமக்குப்
பரகதி கொடுத்தருள் செய்யுஞ்
சித்தனே செல்வத் திருப்பெருந்துறையில்
செழுமலர்க் குருந்தமே வியசீர்
அத்தனே அடியேன் ஆதரித் தழைத்தால்
அதெந்துவே என்றரு ளாயே. *465*

மருளனேன் மனத்தை மயக்கற நோக்கி
மறுமையோ டிம்மையுங் கெடுத்த
பொருளனே புனிதா பொங்குவா ளரவங்
கங்கைநீர் தங்குசெஞ் சடையாய்
தெருளுநான் மறைசேர்
திருப்பெருந்துறையில்
செழுமலர்க் குருந்தமே வியசீர்
அருளனே அடியேன் ஆதரித் தழைத்தால்
அதெந்துவே என்றரு ளாயே. *466*

திருந்துவார் பொழில்சூழ்
திருப்பெருந்துறையில்
செழுமலர்க் குருந்தமே வியசீர்
இருந்தவா றெண்ணி ஏசறா நினைந்திட்
டென்னுடை யெம்பிரான் என்றென்
றருந்தவா நினைந்தே ஆதரித் தழைத்தால்
அலைகடல் அதனுளே நின்று
பொருந்தவா கயிலை புகுநெறி இதுகாண்
போதராய் என்றருளு ளாயே. *467*

திருச்சிற்றம்பலம்

30. திருக்கழுக்குன்றப் பதிகம் - குரு தரிசனம்

(திருக்கழுக்குன்றத்தில் அருளியது - ஏழுசீர்க் கழிநெடிலடி ஆசிரிய விருத்தம்)

பிணக்கிலாத பெருந்துறைப்பெரு மான்
உன்நாமங்கள் பேசுவார்க்
கிணக்கிலாததோர் இன்ப மேவுருந் துன்ப
மேதுடைத் தெம்பிரான்
உணக்கிலாததோர் வித்துமேல்யிளை யாமல்
என்வினை ஒத்தபின்
கணக்கி லாத்திருக்கோலம் நீவந்து
காட்டினாய் கழுக்குன்றிலே. *468*

பிட்டுநேர்பட மண்சுமந்த பெருந்
துறைப்பெரும் பித்தனே
சட்டநேர்பட வந்திலா சழக்கனேன் உனைச்
சார்ந்திலேன்
சிட்டனே சிவலோகனேசிறு
நாயினுங்கடையாய வெங்
கட்டனேனையும் ஆட்கொள்வான்வந்து
காட்டினாய் கழுக்குன்றிலே. *469*

மலங்கினேன் கண்ணின்நீரை மாற்றி
மலங்கெடுத்த பெருந்துறை
விலங்கினேன் வினைக்கேடனேன் இனி மேல்
விளைவதறிந்திலேன்
இலங்குகின்றநின்சேவடிகள் இரண்டும்
வைப்பிடமின்றியே
கலங்கினேன் கலங்காமலேவந்து காட்டினாய்
கழுக்குன்றிலே. *470*

பூணொணாததொரன்பு பூண்டு

பொருந்திநாள்தொறும் போற்றரும்
நாணொணாததொர்நாணம் எய்தி
நடுக்கடலுள் அழுந்திநான்
பேணொணாதபெருந்துறைப்பெருந்
தோணிபற்றியுகைத்தலுங்
காணொணாத்திருக்கோலம் நீவந்து
காட்டினாய் கழுக்குன்றிலே. *471*

கோலமேனிவராக மேகுணமாம்
பெருந்துறைக்கொண்டலே
சீலமேதும் அறிந்திலாத என் சிந்தை வைத்த
சிகாமணி
ஞாலமேகரியாக நானுனை நச்சி நச்சிட
வந்திடுங்
காலமேஉனை ஓதநீ வந்து காட்டினாய்
கழுக்குன்றிலே. *472*

பேதம் இலாததொர் கற்பளித்த பெருந்துறைப்
பெருவெள்ளமே
ஏதமேபல பேசநீஎனை ஏதிலார் முனம்
என்செய்தாய்
சாதல் சாதல்பொல் லாமையற்ற தனிச்சரண்
சரணாமெனக்
காதலால் உனைஓதநீ வந்து காட்டினாய்
கழுக்குன்றிலே. *473*

இயக்கி மாரறு பத்து நால்வரை
எண்குணம்செய்த ஈசனே
மயக்க மாயதொர் மும்மலப்பழ
வல்வினைக்குள் அழுந்தவும்
துயக்கறுத்தெனை ஆண்டுகொண்டு நின்
தூய்மலர்க்கழல் தந்தெனக்
கயக்க வைத்தடி யார்முனேவந்து காட்டினாய்

கழுக்குன்றிலே. *474*

திருச்சிற்றம்பலம்

31. கண்டபத்து - நிருத்த தரிசனம்

(தில்லையில் அருளியது - தரவு கொச்சகக் கலிப்பா)

இந்திரிய வயமயங்கி இறப்பதற்கே
காரணமாய்
அந்தரமே திரிந்துபோய் அருநகரில்
வீழ்வேற்குச்
சிந்தைதனைத் தெளிவித்துச் சிவமாக்கி
எனையாண்ட
அந்தமிலா ஆனந்தம் அணிகொள் தில்லை
கண்டேனே. *475*

வினைப்பிறவி என்கின்ற வேதனையில்
அகப்பட்டுத்
தனைச்சிறுதும் நினையாதே தளர்வெய்திக்
கிடப்பேனை
எனைப்பெரிதும் ஆட்கொண்டேன்
பிறப்பறுத்த இணையிலியை
அனைத்துலகுந் தொழுந்தில்லை அம்பலத்தே
கண்டேனே. *476*

உருத்தெரியாக் காலத்தே உள்புகுந்தென்
உளம்மன்னிக்
கருத்திருத்தி ஊன்புக்குக் கருணையினால்
ஆண்டுகொண்ட
திருத்திருத்தி மேயானைத் தித்திக்குஞ்
சிவபதத்தை
அருத்தியினால் நாயடியேன்
அணிகொள்தில்லை கண்டேனே. *477*

கல்லாத புல்லறிவிற் கடைப்பட்ட நாயேனை
வல்லாகி னாய்வந்து வனப்பெய்தி யிருக்கும்

வண்ணம்
பல்லோருங் காண என்றன் பசுபாசம்
அறுத்தானை
எல்லோரும் இறைஞ்சுதில்லை அம்பலத்தே
கண்டேனே. *478*

சாதிகுலம் பிறப்பென்னுஞ் சுழிப்பட்டுத்
தடுமாறும்
ஆதமிலி நாயேனை அல்லலுறுந்
தாட்கொண்டு
பேதைகுணம் பிறருருவம் யானெனதென்
னுரைமாய்த்துக்
கோதிலமு தானானைக் குலாவுதில்லை
கண்டேனே. *479*

பிறவிதனை அறமாற்றிப் பிணிமூப்பென்
றிவையிரண்டும்
உறவினொடும் ஒழியச்சென் றுலகுடைய
ஒருமுதலைச்
செறிபொழில்சூழ் தில்லைநகர்த்
திருச்சிற்றம்பலம் மன்னி
மறையவரும் வானவரும் வணங்கிடநான்
கண்டேனே. *480*

பத்திமையும் பரிசுமிலாப் பசுபாசம்
அறுத்தருளிப்
பித்தனிவன் எனஎன்னை ஆக்குவித்துப்
பேராமே
சித்தமெனுந் திண்கயிற்றால் திருப்பாதங்
கட்டுவித்த
வித்தகனார் விளையாடல் விளங்குதில்லை
கண்டேனே. *481*

அளவிலாப் பாவகத்தால் அமுக்குண்டிங்
கறிவின்றி
விளைவொன்றும் அறியாதே வெறுவியனாய்க்
கிடப்பேனுக்கு
அளவிலா ஆனந்தம் அளித்தென்னை
ஆண்டானைக்
களவிலா வானவருக் தொழுதில்லை
கண்டேனே. *482*

பாங்கினொடு பரிசொன்றும் அறியாத
நாயேனை
ஓங்கியுளத் தொளிவளர உலப்பிலா
அன்பருளி
வாங்கிவினை மலம்அறுத்து வான்கருணை
தந்தானை
நான்குமறை பயில்தில்லை அம்பலத்தே
கண்டேனே. *483*

பூதங்கள் ஐந்தாகிப் புலனாகிப் பொருளாகிப்
பேதங்கள் அனைத்துமாய்ப் பேதமில்லாப்
பெருமையனைக்
கேதங்கள் கெடுத்தாண்ட கிளரொளியை
மரகதத்தை
வேதங்கள் தொழுதேத்தும் விளங்குதில்லை
கண்டேனே. *484*

திருச்சிற்றம்பலம்

32. பிரார்த்தனைப் பத்து

(திருப்பெருந்துறையில் அருளியது
- அறுசீர்க் கழி நெடிலடி ஆசிரிய விருத்தம்)

கலந்து நின்னடி யாரோ டன்று வாளா
களித்திருந்தேன்
புலர்ந்து போன காலங்கள் புகுந்துநின்ற
திடர்பின்னாள்
உலர்ந்து போனேன் உடையானே உலவா
இன்பச் சுடர்காண்பான்
அலர்ந்து போனேன் அருள்செய்யாய் ஆர்வங்
கூர அடியேற்கே. *485*

அடியார் சிலருன் அருள்பெற்றார் ஆர்வங் கூர
யான் அவமே
முடையார் பிணத்தின் முடிவின்றி முனிவால்
அடியேன் மூக்கின்றேன்
கடியேனுடைய கடுவினையைக் களைந்துன்
கருணைக் கடல்பொங்க
உடையாய் அடியேன் உள்ளத்தே ஓவா துருக
அருளாயே. *486*

அருளா ரமுதப் பெருங்கடல்வாய் அடியா
ரெல்லாம் புக்கழுந்த
இருளா ராக்கை யிதுபொறுத்தே எய்த்தேன்
கண்டாய் எம்மானே
மருளார் மனத்தோர் உன்மத்தன் வருவாய்
என்றிங் கெனைக்கண்டார்
வெருளா வண்ணம் மெய்யன்பை உடையாய்
பெறநான் வேண்டும்மே. *487*

வேண்டும் வேண்டும் மெய்யடியா ருள்ளே
விரும்பி எனை அருளால்

ஆண்டாய் அடியேன் இடர்களைந்த அமுதே
அருமா மணிமுத்தே
தூண்டா விளக்கின் சுடரனையாய்
தொண்டனேற்கும் உண்டாங்கொல்
வேண்டா தொன்றும் வேண்டாதுமிக்க அன்பே
மேவுதலே. *488*

மேவும் உன்றன் அடியாருள் விரும்பி யானும்
மெய்ம்மையே
காவி சேருங் கயற்கண்ணான் பங்கா உன்றன்
கருணையினால்
பாவியேற்கும் உண்டாமோ பரமா னந்தப்
பழங்கடல்சேர்ந்
தாவி யாக்கை யானென்தன் றியாது மின்றி
அறுதலே. *489*

அறவே பெற்றார் நின்னன்பர் அந்தமின்றி
அகநெகவும்
புறமே கிடந்து புலைநாயேன் புலம்பு
கின்றேன் உடையானே
பெறவே வேண்டும் மெய்யன்பு பேரா
ஒழியாய் பிரிவில்லா
மறவா நினையா அளவில்லா மாளா இன்ப
மாகடலே. *490*

கடலே அனைய ஆனந்தக் கண்டா ரெல்லாங்
கவர்ந்துண்ண
இடரே பெருக்கி ஏசற்றிங் கிருத்த லழகோ
அடிநாயேன்
உடையாய் நீயே அருளிதியென் றுணர்த்தா
தொழிந்தே கழிந்தொழிந்தேன்
சுடரார் அருளால் இருள்நீங்கச் சோதி
இனித்தான் துணியாயே. *491*

துணியா உருகா அருள்பெருகத் தோன்றும்
தொண்டரிடைப்புகுந்து
திணியார் மூங்கிற் சிந்தையேன் நின்று
தேய்நின்றேன்
அணியா ரடியா ருனக்குள்ள அன்புந் தாராய்
அருளளியத்
தணியா தொல்லை வந்தருளித் தளிர்ப்பொற்
பாதந் தாராயே. *492*

தாரா அருளொன் றின்றியே தந்தாய் என்றுன்
தமரெல்லாம்
ஆரா நின்றார் அடியேனும் அயலார் போல
அயர்வேனோ
சீரார் அருளாற் சிந்தனையைத் திருத்தி
ஆண்ட சிவலோகா
பேரா னந்தம் பேராமை வைக்க வேண்டும்
பெருமானே. *493*

மானோர் பங்கா வந்திப்பார் மதுரக் கனியே
மனநெகா
நானோர் தோளாச் சுரையொத்தால் நம்பி
இத்தால் வாழ்ந்தாயே
ஊனே புகுந்த உனையுணர்ந்த உருகிப்
பெருகும் உள்ளத்தைக்
கோனே அருளுங் காலந்தான் கொடியேற்
கென்றோ கூடுவதே. *494*

கூடிக்கூடி உன்னடியார் குனிப்பார் சிரிப்பார்
களிப்பாரா
வாடி வாடி வழியற்றேன் வற்றல் மரம்போல்
நிற்பேனோ
ஊடி ஊடி உநடியாயொடு கலந்துள் ளுருகிப்

பெருகிநெக்கு
ஆடிஆடி ஆனந்தம் அதுவே யாக
அருள்கலந்தே. *495*

திருச்சிற்றம்பலம்

33. குழைத்தப் பத்து - ஆத்தும நிவேதனம்

(திருப்பெருந்துறையில் அருளியது -
அறு சீர்க்கழி நெடிலடி ஆசிரிய விருத்தம்)

குழைத்தால் பண்டைக் கொடுவினைநோய்
காவாய் உடையாய் கொடுவினையேன்
உழைத்தா லுறுதியுண்டோ தான்
உமையாள் கணவா எனை ஆள்வாய்
பிழைத்தாற் பொறுக்க வேண்டாவோ
பிறைசேர் சடையாய் முறையோவென்
றழைத்தால் அருளா தொழிவதே
அம்மானே உன்னடியேற்கே. *496*

அடியேன் அல்லல் எல்லாம்முன
அகலஆண்டாய் என்றிருந்தேன்
கொடியே ரிடையான் கூறாளங்கோவே ஆவா
என்றருளிச்
செடிசேர் உடலைச் சிதையாத தெத்துக்
கெங்கள் சிவலோகா
உடையாய் கூவிப் பணிகொள்ளா
தொறுத்தால் ஒன்றும் போதுமே. *497*

ஒன்றும் போதா நாயேனை உய்யக் கொண்ட
நின்கருணை
இன்றே இன்றிப் போய்த்தோதான் ஏழை
பங்கா எங்கோவே
குன்றே அனைய குற்றங்கள் குணமா மென்றே
நீகொண்டால்
என்றான் கெட்ட திரங்கிடாய் எண்தோள்
முக்கண் எம்மானே. *498*

மானேர் நோக்கி மணவாளா மன்னே நின்சீர்
மறப்பித்திவ்

னூனே புகஎன்தனைநூக்கி உழலப் பண்ணு
வித்திட்டாய்
ஆனால் அடியேன் அறியாமை அறிந்துநீயே
அருள்செய்து
கோனே கூவிக் கொள்ளுநாள் என்றென்
றுன்னைக் கூறுவதே. *499*

கூறும் நாவே முதலாக் கூறுங் கரணம்
எல்லாம்நீ
தேறும் வகைநீ திகைப்புநீ தீமைநன்மை
முழுதும்நீ
வேறோர் பரிசிங் கொன்றில்லை மெய்ம்மை
உன்னை விரித்துரைக்கில்
தேறும் வகைஎன் சிவலோகா திகைத்தால்
தேற்ற வேண்டாவோ. *500*

வேண்டத்தக்க தறிவோய்நீ வேண்டமுழுதுந்
தருவோய்நீ
வேண்டும் அயன்மாற் கரியோய்நீ வேண்டி
என்னைப் பணிகொண்டாய்
வேண்டி நீயா தருள்செய்தாய் யானும் அதுவே
வேண்டின் அல்லால்
வேண்டும் பரிசொன் றுண்டென்னில் அதுவும்
உன்றன் விருப்பன்றே. *501*

அன்றே என்றன் ஆவியும் உடலும் எல்லாமுங்
குன்றே அனையாய் என்னைஆட்
கொண்டபோதே கொண்டிலையோ
இன்றோர் இடையூ றெனக்குண்டோ
எண்தோள் முக்கண் எம்மானே
நன்றே செய்வாய் பிழை செய்வாய் நானோ
இதற்கு நாயகமே. *502*

நாயிற் கடையாம் நாயேனை நயந்துநீயே
ஆட்கொண்டாய்
மாயப் பிறவி உன்வசமே வைத்திட்டிருக்கும்
அதுவன்றி
ஆயக்கடவேன் நானோதான் என்ன தோஇங்
கதிகாரங்
காயத் திடுவாய் உன்னுடைய கழற்கீழ்
வைப்பாய் கண்ணுதலே. *503*

கண்ணார் நுதலோய் கழலிணைகள்
கண்டேன் கண்கள் களிகூர
எண்ணா திரவும் பகலும்நான் அவைவே
எண்ணும் அதுவல்லால்
மண்மேல் யாக்கை விடுமாறும் வந்துன்
கழற்கே புகுமாறும்
அண்ணா எண்ணக் கடவேனோ அடிமைசால
அழகுடைத்தே. *504*

அழகே புரிந்திட் டடிநாயேன் அரற்று
கின்றேன் உடையானே
திகழா நின்ற திருமேனி காட்டி என்னைப்
பணிகொண்டாய்
புகழே பெரிய பதம்எனக்குப் புராண நீதத்
தருளாயே
குழகா கோல் மறையோனே கோனே
என்னைக் குழைத்தாயே. *505*

திருச்சிற்றம்பலம்

34. உயிருண்ணிப்பத்து - சிவனந்தம் மேலிடுதல்

(திருப்பெருந்துறையில் அருளியது - கலிவிருத்தம்)

பைந்நாப் பட அரவேரல்குல் உமைபாகம் தாய் என்
மெய்ந்நாள்தொறும் பிரியா வினைக்கேடா விடைப்பாகா
செந்நாவலர் பசும்புகழ்த் திருப்பெருந்துறை உறைவாய்
எந்நாட்களித் தெந்நாள் இறுமாக்கேன் இனியானே. *506*

நானாரடி அணைவானொரு நாய்க்குத் தவிசிட்டிங்கு
ஊனாருடல் புகுந்தான்உயிர் கலந்தான் உளம்பிரியான்
தேனார்சடை முடியான் மன்னு திருப்பெருந்துறை உறைவான்
வானோர்களும் அறியாததோர் வளமீந்தனன் எனக்கே. *507*

எனைநானென்ப தறியேன்பகல் இரவாவதும் அறியேன்
மனவாசகங் கடந்தான் எனை மத்தோன்மத்தனாக்கிச்
சினமால்விடை உடையான் மன்னு திருப்பெருந்துறை உறையும்
பனவன் னெனைச் செய்தபடி றறியேன் பரஞ் சுடரே. *508*

வினைக்கேடரும் உளரோபிறர் சொல்லீர்

வியனுலகில்
எனைத்தான்புகுந் தாண்டான்என்
தென்பின்புரை யுருக்கிப்
பினைத்தான்புகுந் தெல்லே பெருந்துறையில்
உறைபெம்மான்
மனத்தான் கண்ணின் அகத்தான் மறு
மாற்றத்திடை யானே. *509*

பற்றாங்கவை அற்றீர்பற்றும் பற்றாங்கது
பற்றி
நற்றாங்கதி அடைவோமெனிற் கெடுவீரோடி
வம்மின்
தெற்றார்சடை முடியான் மன்னு
திருப்பெருந்துறை இறைசீர்
கூற்றாங்கவன் கழல்பேணின ரோடுகூடுமின்
கலந்தே. *510*

கடலின்திரையதுபோல் வரு கலக்கம்மலம்
அறுத்தென்
உடலும்என துயிரும்புகுந் தொழியாவண்ணம்
நிறைந்தான்
சுடருஞ்சுடர் மதிசூடிய திருப்பெருந்துறை
உறையும்
படருஞ்சடை மகுடத்தெங்கள் பரன்தான்
செய்த படிறே. *511*

வேண்டேன்புகழ் வேண்டேன் செல்வம்
வேண்டேன் மண்ணும் விண்ணும்
வேண்டேன் பிறப் பிறப்புச்சிவம் வேண்டார்
தமைநாளும்
தீண்டேன்சென்று சேர்ந்தேன்மன்னு
திருப்பெருந்துறை இறைதாள்
பூண்டேன்புறம் போகேன் இனிப்

புறம்போகலொட் டேனே. *512*

கோற்றேன்எனக் கென்கோகுரை கடல்வாய்
அமுதென்கோ
ஆற்றேன்எங்கள் அரனே அருமருந்தே என
தரசே
சேற்றார்வயல் புடைசூழ் தரு
திருப்பெருந்துறை உறையும்
நீற்றார்தரு திருமேனிநின் மலனே
உனையானே. *513*

எச்சம் அறிவேன்நான்எனக் கிருக்கின்றதை
அறியேன்
அச்சோ எங்கள் அரனே அரு மருந்தே
எனதமுதே
செச்சைமலர் புரைமேனியன்
திருப்பெருந்துறை உறைவான்
நிச்சம்என நெஞ்சில்மன்னி யானாகிநின்
றானே. *514*

வான்பாவிய உலகத்தவர் தவமே செய அவமே
ஊன்பாவிய உடலைச் சுமந்தடவிமர மானேன்
தேன்பாய்மலர்க் கொன்றைமன்னு
திருப்பெருந்துறை உறைவாய்
நான்பாவியன் ஆனால் உனை நல்காயென
லாமே. *515*

திருச்சிற்றம்பலம்

35. அச்சப்பத்து - ஆனந்தமுறுத்தல்

(தில்லையில் அருளியது -
அறுசீர்க்கழி நெடிலடி ஆசிரிய விருத்தம்)

புற்றில்வாள் அரவும் அஞ்சேன் பொய்யர்தம்
மெய்யும் அஞ்சேன்
கற்றைவார் சடைஎம் அண்ணல் கண்ணுதல்
பாதம் நண்ணி
மற்றும்ஓர் தெய்வந் தன்னை உண்டென
நினைந்தெம் பெம்மாற்கு
அற்றிலா தவரைக் கண்டால் அம்மநாம் அஞ்சு
மாறே. *516*

வெருவரேன் வேட்கை வந்தால் வினைக்கடல்
கொளினும் அஞ்சேன்
இருவரால் மாறு காணா எம்பிரான் தம்பிரா
னாம்
திருவுரு அன்றி மற்றோர் தேவரெத் தேவ
ரென்ன
அருவரா தவரைக் கண்டால் அம்மநாம் அஞ்சு
மாறே. *517*

வன்புலால் வேலும் அஞ்சேன் வளைக்கையார்
கடைக்கண் அஞ்சேன்
என்பெலாம் உருக நோக்கி அம்பலத்
தாடுகின்ற
என்பொலா மணியை ஏத்தி இனிதருள் பருக
மாட்டா
அன்பிலா தவரைக் கண்டால் அம்மநாம்
அஞ்சு மாறே. *518*

கிளியனார் கிளவி அஞ்சேன் அவர்கிறி
முறுவல் அஞ்சேன்

வெளியநீ றாடும் மேனி வேதியன் பாதம்
நண்ணித்
துளியுலாம் கண்ணராகித் தொழுதழு துள்ளம்
நெக்கிங்கு
அளியிலா தவரைக் கண்டால் அம்மநாம்
அஞ்சு மாறே. *519*

பிணியெலாம் வரினும் அஞ்சேன் பிறப்பினோ
டிறப்பும் அஞ்சேன்
துணிநிலா அணியினான்தன்
தொழும்பரோடழுந்தி அம்மால்
திணிநிலம் பிளந்துங் காணாச் சேவடி பரவி
வெண்ணீறு
அணிகிலா தவரைக் கண்டால் அம்மநாம்
அஞ்சு மாறே. *520*

வாளுலாம் எரியும் அஞ்சேன் வரைபுரண்
டிடினும் அஞ்சேன்
தோளுலாம் நீற்றன் ஏற்றன் சொற்புதம் கடந்த
அப்பன்
தாளதா மரைகளேத்தித் தடமலர் புனைந்து
நையும்
ஆளலா தவரைக் கண்டால் அம்மநாம் அஞ்சு
மாறே. *521*

தகைவிலாப் பழியும் அஞ்சேன் சாதலை
முன்னம் அஞ்சேன்
புகைமுகந் தெரிகை வீசிப் பொலிந்த
அம்பலத்து ளாடும்
முகைநகைக் கொன்றைமாலை முன்னவன்
பாதமேத்தி
அகம்நெகா தவரைக் கண்டால் அம்மநாம்
அஞ்சு மாறே. *522*

தறிசெறி களிறும் அஞ்சேன் தழல்விழி
உழுவை அஞ்சேன்
வெறிகமழ் சடையன் அப்பன் விண்ணவர்
நண்ண மாட்டாச்
செறிதரு கழல்கள் ஏத்திச் சிறந்தினி
திருக்கமாட்டா
அறிவிலா தவரைக் கண்டால் அம்மநாம்
அஞ்சு மாறே. *523*

மஞ்சுலாம் உருமும் அஞ்சேன் மன்னரோ
டுறவும் அஞ்சேன்
நஞ்சமே அமுத மாக்கும் நம்பிரான்
எம்பிரானாய்ச்
செஞ்செவே ஆண்டு கொண்டான்
திருமுண்டம் தீட்ட மாட்டாது
அஞ்சுவா ரவரைக் கண்டால் அம்மநாம் அஞ்சு
மாறே. *524*

கோணிலா வாளி அஞ்சேன் கூற்றவன் சீற்றம்
அஞ்சேன்
நீணிலா அணியினானை நினைந்து
நைந்துருகி நெக்கு
வாணிலாங் கண்கள் சோர வாழ்ந்தநின்றேத்த
மாட்டா
ஆணலா தவரைக் கண்டால் அம்மநாம் அஞ்சு
மாறே. *525*

திருச்சிற்றம்பலம்

36. திருப்பாண்டிப் பதிகம் - சிவனந்த விளைவு

(தில்லையில் அருளியது - கட்டளைக் கலித்துறை)

பருவரை மங்கைதன் பங்கரைப் பாண்டியற்
காரமுதாம்
ஒருவரை ஒன்றுமில்லாதவ ரைக்கழற்
போதிறைஞ்சித்
தெரிவர நின்றுருக் கிப்பரி மேற்கொண்ட
சேவகனார்
ஒருவரை யன்றி உருவறியா தென்றன்
உள்ளமதே. *526*

சதுரை மறந்தறி மால்கொள்வார் சார்ந்தவர்
சாற்றிச் சொன்னோம்
கதிரை மறைத்தனன் சோதி கழுக்கடை
கைப்பிடித்துக்
குதிரையின் மேல்வந்து கூடிடு மேற்குடி
கேடுகண்டீர்
மதுரையர் மன்னன் மறுபிறப் போட
மறித்திடுமே. *527*

நீரின்ப வெள்ளத்துள் நீந்திக் குளிக்கின்ற
நெஞ்சங்கொண்டீர்
பாரின்ப வெள்ளங் கொளப்பரி மேற்கொண்ட
பாண்டியனார்
ஓரின்ப வெள்ளத்துருக்கொண்டு தொண்டரை
உள்ளங் கொண்டார்
பேரின்ப வெள்ளத் துட் பெய்கழ லேசென்று
பேணுமினே. *528*

செறியும் பிறவிக்கு நல்லவர் செல்லன்மின்

தென்னன் நன்னாட்டு
இறைவன் கிளர்கின்ற காலமிக் காலம் எக்
காலத்துள்ளும்
அறிவொண் கதிர்வாள் உறைகழித் தானந்த
மாக்கடவி
எறியும் பிறப்பை எதிர்த்தார் புரள
இருநிலத்தே. *529*

காலமுண்டாகவே காதல்செய் துய்மின்
கருதரிய
ஞாலமுண்டானொடு நான்முகன் வானவர்
நண்ணரிய
ஆலமுண்டான்எங்கள் பாண்டிப்பிரான்தன்
அடியவர்க்கு
மூலபண்டாரம் வழங்குகின்றான்வந்து
முந்துமினே. *530*

ஈண்டிய மாயா இருள்கெட எப்பொரு ளும்
விளங்கத்
தூண்டிய சோதியை மீனவனுஞ் சொல்ல
வல்லன் அல்லன்
வேண்டிய போதே விலக்கிலை வாய்தல்
விரும்புமின்தான்
பாண்டிய னாரருள் செய்கின்ற முத்திப்
பரிசிதுவே. *531*

மாய வனப்பரி மேல்கொண்டு மற்றவர்
கைக்கொளலும்
போயறும் இப்பிறப் பென்னும் பகைகள்
புகுந்தவருக்
காய அரும்பெருஞ் சீருடைத் தன்னரு ளே
அருளுஞ்
சேய நெடுங்கொடைத் தென்னவன் சேவடி

சேர்மின்களே. *532*

அழிவின்றி நின்றதோர் ஆனந்த வெள்ளத்
திடையழுத்திக்
கழிவில் கருணையைக் காட்டிக் கடிய
வினையகற்றிப்
பழமலம் பற்றறுத் தாண்டவன் பாண்டிப்
பெரும்பதமே
முழுதுல குந்தரு வான்கொடை யேசென்று
முந்துமினே. *533*

விரவிய தீவினை மேலைப் பிறப்புழுந்
நீர்கடக்கப்
பரவிய அன்பரை என்புருக் கும்பரம்
பாண்டியனார்
புரவியின் மேல்வரப் புத்திக் கொளப் பட்ட
பூங்கொடியார்
மரவியல் மேல்கொண்டு தம்மையும் தாம்
அறியார் மறந்தே. *534*

கூற்றைவென் றாங்கைவர் கோக்களையும்
வென்றிருந்தழகால்
வீற்றிருந் தான்பெருந் தேவியுந் தானும் ஓர்
மீனவன்பால்
ஏற்றுவந் தாருயி ருண்ட திறலொற்றைச்
சேவகனே
தேற்றமிலாதவர் சேவடி சிக்கெனச்
சேர்மின்களே. *535*

திருச்சிற்றம்பலம்

37. பிடித்த பத்து - முத்திக்கலப்புரைத்தல்

(திருத்தோணிபுரத்தில் அருளியது - எழுசீர் ஆசிரிய விருத்தம்)

உம்பர்கட்கரசே ஒழிவறநிறைந்த யோகமே
ஊற்றையேன் தனக்கு
வம்பெனப் பழுத்தென் குடிமுழுதாண்டு
வாழ்வற வாழ்வித்த மருந்தே
செம்பொருட் டுணிவே சீருடைக் கழலே
செல்வமே சிவபெருமானே
எம்பொருட் டுன்னைச் சிக்கெனப் பிடித்தேன்
எங்கெழுந் தருளுவ தினியே. *536*

விடைவிடா துகந்த விண்ணவர் கோவே
வினையனே னுடையமெய்ப் பொருளே
முடைவிடா தடியேன் மூத்தறமண்ணாய்
முழுப்புழுக் குரம்பையிற் கிடந்து
கடைபடா வண்ணம் காத்தெனை ஆண்ட
கடவுளே கருணைமா கடலே
இடைவிடா துன்னைச் சிக்கெனப் பிடித்தேன்
எங்கெழுந் தருளுவ தினியே. *537*

அம்மையே அப்பா ஒப்பிலா மணியே
அன்பினில் விளைந்த ஆரமுதே
பொய்ம்மையே பெருக்கிப் பொழுதினைச்
சுருக்கும் புழுத்தலைப் புலையனேன் தனக்குச்
செம்மையே ஆய சிவபதம் அளித்த செல்வமே
சிவபெருமானே
இம்மையே உன்னைச் சிக்கெனப் பிடித்தேன்
எங்கெழுந் தருளுவ தினியே. *538*

அருளுடைச் சுடரே அளிந்ததோர் கனியே
பெருந்திறல் அருந்தவர்க் கரசே

பொருளுடைக் கலையே புகழ்ச்சியைக் கடந்த
போகமே யோகத்தின் பொலிவே
தெருளிடத் தடியார் சிந்தையுட் புகுந்த
செல்வமே சிவபெருமானே
இருளிடத் துன்னைச் சிக்கெனப் பிடித்தேன்
எங்கெழுந் தருளுவ தினியே. *539*

ஒப்புனக் கில்லா ஒருவனே அடியேன்
உள்ளத்துள் ஒளிர்கின்ற ஒளியே
மெய்ப்பதம் அறியா வீறிலியேற்கு விழுமிய
தளித்ததோர் அன்பே
செப்புதற் கரிய செழுஞ்சுடர் மூர்த்தீ செல்வமே
சிவபெருமானே
எய்ப்பிடத் துன்னைச் சிக்கெனப் பிடித்தேன்
எங்கெழுந் தருளுவ தினியே. *540*

அறவையேன் மனமே கோயிலாக்
கொண்டாண்டு அளவிலா ஆனந்த மருளிப்
பிறவிவே ரறுத்தென் குடிமுழு தாண்ட
பிஞ்ஞகா பெரியஎம் பெருளே
திறவிலே கண்ட காட்சியே அடியேன்
செல்வமே சிவபெருமானே
இறவிலே உன்னைச் சிக்கெனப் பிடித்தேன்
எங்கெழுந் தருளுவ தினியே. *541*

பாசவே ரறுக்கும் பழம்பொருள் தன்னைப்
பற்றுமா றடியனேற் கருளிப்
பூசனை உகந்தென் சிந்தையுட் புகுந்து
பூங்கழல் காட்டிய பொருளே
தேசுடை விளக்கே செழுஞ்சுடர் மூர்த்தீ
செல்வமே சிவபெருமானே
ஈசனே உன்னைச் சிக்கெனப் பிடித்தேன்
எங்கெழுந் தருளுவ தினியே. *542*

அத்தனே அண்டார் அண்டமாய் நின்ற
ஆதியே யாதுமீ றில்லாச்
சித்தனே பத்தர் சிக்கெனப் பிடித்த செல்வமே
சிவபெருமானே
பித்தனே எல்லா உயிருமாய்த் தழைத்துப்
பிழைத்தவை அல்லையாய் நிற்கும்
எத்தனே உன்னைச் சிக்கெனப் பிடித்தேன்
எங்கெழுந் தருளுவ தினியே. *543*

பால்நினைத் தூட்டும் தாயினுஞ்சாலப்
பரிந்துநீ பாவியே னுடைய
ஊனினை உருக்கி உள்ளொளி பெருக்கி
உலப்பிலா ஆனந்த மாய
தேனினைச் சொரிந்து புறம்புறந்திரிந்த
செல்வமே சிவபெருமானே
யானுனைத் தொடர்ந்து சிக்கெனப் பிடித்தேன்
எங்கெழுந் தருளுவ தினியே. *544*

புன்புலால் யாக்கை புரைபுரை கனியப்
பொன்னெடுங் கோயிலாப் புகுந்தென்
என்பெலாம் உருக்கி எளியையாய் ஆண்ட
ஈசனே மாசிலா மணியே
துன்பமே பிறப்பே இறப்போடு மயக்காந்
தொடக்கெலாம் அறுத்தநற்சோதி
இன்பமே உன்னைச் சிக்கெனப் பிடித்தேன்
எங்கெழுந் தருளுவ தினியே. *545*

திருச்சிற்றம்பலம்

38. திருஏசறவு

(திருப்பெருந்துறையில் அருளியது - கொச்சகக் கலிப்பா)

இரும்புதரு மனத்தேனை ஈர்த்தீர்த்தென் என்புருக்கிக்
கரும்புதரு சுவைஎனக்குக் காட்டினைஉன் கழலினைகள்
ஒருங்குதிரை உலவுசடை உடையானே நரிகளெல்லாம்
பெருங்குதிரை ஆக்கியவா றன்றேஉன் பேரருளே. *546*

பண்ணார்ந்த மொழிமங்கை பங்காநின் ஆளானார்க்கு
உண்ணார்ந்த ஆரமுதே உடையானே அடியேனை
மண்ணார்ந்த பிறப்பறுத்திட் டாள்வாய்நீ வாஎன்னக்
கண்ணார உய்ந்தவா றன்றேஉன் கழல்கண்டே. *547*

ஆதமிலி யான்பிறப் பிறப்பென்னும் அருநரகில்
ஆர்தமரும் இன்றியே அழுந்துவேற் காவாவென்று
ஓதமிலி நஞ்சுண்ட உடையானே அடியேற்குன்
பாதமலர் காட்டியவா றன்றேஎம் பரம்பரனே. *548*

பச்சைத்தா லரவாட்டீ படர்சடையாய் பாதமலர்
உச்சத்தார் பெருமானே அடியேனை

உய்யக்கொண்டு
எச்சத்தார் சிறுதெய்வம் எத்தாதே அச்சோஎன்
சித்தத்தா றுய்ந்தவா றன்றேஉன் திறம்
நினைந்தே. *549*

கற்றறியேன் கலைஞானம் கசிந்துருகேன்
ஆயிடினும்
மற்றறியேன் பிறதெய்வம் வாக்கியலால்
வார்கழல்வந்
துற்றறிமாந் திருந்தேன்எம் பெருமானே
அடியேற்குப்
பொற்றிவிசு நாய்க்கிடுமா றன்றேநின்
பொன்னருளே. *550*

பஞ்சாய அடிமடவார் கடைக்கண்ணால்
இடர்ப்பட்டு
நஞ்சாய துயர்கூர நடுங்குவேன் நின்னருளால்
உய்ஞ்சேன் எம் பெருமானே உடையானே
அடியேனை
அஞ்சேலென் றாண்டவா றன்றேஅம்
பலத்தமுதே. *551*

என்பலைப் பிறப்பறுத்திங் கிமையவர்க் கும்
அறியவொண்ணா
தென்பாலைத் திருப்பெருந் துறையுறையஞ்
சிவபெருமான்
அன்பால்நீ அகம்நெகவே புகுந்தருளி
ஆட்கொண்ட
தென்பாலே நோக்கியவா றன்றேஎம்
பெருமானே. *552*

மூத்தானே மூவாத முதலானே முடியில்லா
ஒத்தானே பொருளானே உண்மையுமாய்

இன்மையுமாய்ப்
பூத்தானே புகுந்திங்குப் புரள்வேனைக்
கருணையினால்
பேர்த்தேநீ ஆண்டவா றன்றேஎம் பெருமானே.
553

மருவினிய மலர்ப்பாதம் மனத்தில்வளர்ந்
துள்ளுருகத்
தெருவுதொறும் மிக அலறிச் சிவபெருமா
னென்றேத்திப்
பருகியநின் பரங்கருணைத் தடங்கலிற்
படிவாமாறு
அருளெனக்கிங் கிடைமருதே இடங்கொண்ட
அம்மானே. *554*

நானேயோ தவஞ் செய்தேன் சிவாயநம
எனப்பெற்றேன்
தேனாய்என் அமுதமுமாய்த் தித்திக்குஞ்
சிவபெருமான்
தானேவந் தெனதுள்ளம் புகுந்தடியேற்
கருள்செய்தான்
ஊனாரும் உயிர்வாழ்க்கை ஒறுத்தன்றே
வெறுத்திடவே. *555*

திருச்சிற்றம்பலம்

39. திருப்புலம்பல் - சிவானநத முதிர்வு

(திருவாரூரில் அருளியது - கொச்சகக் கலிப்பா)

பூங்கமலத் தயனெடுமால் அறியாத நெறியானே
கோங்கலர்சேர் குவிமுலையாள் கூறாவெண் ணீறாடி
ஓங்கெயில்சூழ் திருவாரூர் உடையானே அடியேன்நின்
பூங்கழல்கள் அவையல்லா தெவையாதும் புகழேனே. *556*

சடையானே தழலாடீ தயங்குமூ விலைச்சூலப்
படையானே பரஞ்சோதீ பசுபதீ மழவெள்ளை
விடையானே விரிபொழில்சூழ் பெருந்துறையாய் அடியேன்நான்
உடையானே உனையல்லா துறுதுணை மற்
றறியேனே. *557*

உற்றாறை யான்வேண்டேன் ஊர்வேண்டேன் பேர்வேண்டேன்
கற்றாறை யான்வேண்டேன் கற்பனவும் இனியமையும்
குற்றாலத் தமர்ந்துறையுங் கூத்தாஉன் குரைகழற்கே
கற்றாவின் மனம்போலக் கசிந்துருக வேண்டுவனே. *558*

திருச்சிற்றம்பலம்

40. குலாப் பத்து - அனுபவம் இடையீடுபடாமை

(தில்லையில் அருளியது - கொச்சகக் கலிப்பா)

ஓடுங் கவந்தியுமே உறவென்றிட் டுள்கசிந்து
தேடும் பொருளுஞ் சிவன்கழலே
எனத்தெளிந்து
கூடும் உயிரும் குமண்டையிடக்
குனித்தடியேன்
ஆடுங் குலாத்தில்லை ஆண்டானைக்
கொண்டன்றே. *559*

துடியோர் இடுகிடைத் தூய்மொழியார்
தோள்நசையால்
செடியேறு தீமைகள் எத்தனையுஞ்
செய்திடினும்
முடியேன் பிறவேன் எனைத்தனதாள்
முயங்குவித்த
அடியேன் குலாத்தில்லை ஆண்டானைக்
கொண்டன்றே. *560*

என்புள் ளுருக்கி இருவினையை ஈடழித்துத்
துன்பங் களைந்து துவந்துவங்கள்
தூய்மைசெய்து
முன்புள்ள வற்றை முழுதழிய உள்புகுத்த
அன்பின் குலாத்தில்லை ஆண்டானைக்
கொண்டன்றே. *561*

குறியும் நெறியும் குணமுமிலார்
குழாங்கள்தமைப்
பிரியும் மனத்தார் பிரிவரிய பெற்றியனைச்
செறியுங் கருத்தில் உருத்தமுதாஞ்

சிவபதத்தை
அறியுங் குலாத்தில்லை ஆண்டானைக்
கொண்டன்றே. *562*

பேருங் குணமும் பிணிப்புறும்இப்
பிறவிதனைத்
தூரும் பரிசு துரிசறுத்துத் தொண்ட ரெல்லாஞ்
சேரும் வகையாற் சிவன்கருணைத்
தேன்பருகி
ஆருங் குலாத்தில்லை ஆண்டானைக்
கொண்டன்றே. *563*

கொம்பில் அரும்பாய்க் குவிமலராய்க்
காயாகி
வம்பு பழுத்துடலம் மாண்டிங்ஙன் போகாமே
நம்புமென் சிந்தை நணுகும்வண்ணம்
நானணுகும்
அம்பொன் குலாத்தில்லை ஆண்டானைக்
கொண்டன்றே. *564*

மதிக்குந் திறலுடைய வல்லரக்கன்
தோள்நெரிய
மிதிக்குந் திருவடி என் தலைமேல் வீற்றிருப்பக்
கதிக்கும் பசுபாசம் ஒன்றுமிலோம்
எனக்களித்திங்
கதிர்க்குங் குலாத்தில்லை ஆண்டானைக்
கொண்டன்றே. *565*

இடக்குங் கருமுருட் டேனப்பின் கானகத்தே
நடக்குந் திருவடி என்தலைமேல் நட்டமையால்
கடக்குந் திறல்ஐவர் கண்டகர்தம் வல்லாட்டை
அடக்குங் குலாத்தில்லை ஆண்டானைக்
கொண்டன்றே. *566*

பாழ்ச்செய் விளாவிப் பயனிலியாய்க்
கிடப்பேற்குக்
கீழ்ச்செய் தவத்தாற் கிழியீடு நேர்பட்டுத்
தாட்செய்ய தாமரைச் சைவனுக்கென்
புன்தலையால்
ஆட்செய் குலாத்தில்லை ஆண்டானைக்
கொண்டன்றே. *567*

கொம்மை வரிமுலைக் கொம்பனையாள்
கூறனுக்குச்
செம்மை மனத்தால் திருப்பணிகள்
செய்வேனுக்கு
இம்பை தரும்பயன் இத்தனையும்
ஈங்கொழிக்கும்
அம்மை குலாத்தில்லை ஆண்டானைக்
கொண்டன்றே. *568*

திருச்சிற்றம்பலம்

41. அற்புதப்பத்து - அனுபவமாற்றாமை

(திருப்பெருந்துறையில் அருளியது -
அறுசீர்க் கழி நெடிலடி ஆசிரிய விருத்தம்)

மைய லாய்இந்த மண்ணிடை வாழ்வெனும்
ஆழியு ளகப்பட்டுத்
தைய லாரெனுஞ் சுழித்தலைப் பட்டுநான்
தலைதடு மாறாமே
பொய்யெ லாம்விடத் திருவருள் தந்துதன்
பொன்னடி யினைகாட்டி
மெய்ய னாய்வெளி காட்டிமுன் நின்றதோர்
அற்புதம் விளம்பேனே. *569*

ஏய்ந்த மாமல ரிட்டுமுட் டாததோர்
இயல்பொடும் வணங்காதே
சாந்த மார்முலைத் தையல்நல் லாரொடுந்
தலைதடு மாறாகிப்
போந்து யான்துயர் புகாவணம் அருள்செய்து
பொற்கழலி னைகாட்டி
வேந்த னாம்வெளியே என்முன் நின்றதோர்
அற்புதம் விளம்பேனே. *570*

நடித்து மண்ணிடைப் பொய்யினைப்
பலசெய்து நானென தெனும்மாயக்
கடித்த வாயிலே நின்றுமுன் வினைமிகக்
கழறியே திரிவேனைப்
பிடித்து முன்னின்றப் பெருமறை தேடிய
அரும்பொருள் அடியேனை
அடித்த டித்துஅக் காரமுன் தீற்றிய அற்புதம்
அறியேனே. *571*

பொருந்தும் இப்பிறப் பிறப்பிவை நினையாது
பொய்களே புகன்றுபோய்க்

கருங் குழலினனார் கண்களால் ஏறுண்டு
கலங்கியே கிடப்பேனைத்
திருந்து சேவடிச் சிலம்பனை சிலம்பிடத்
திருவொடும் அகலாத
அருந்து ணைவனாய் ஆண்டுகொண் டருளிய
அற்புதம் அறியனே. *572*

மாடுஞ் சுற்றமும் மற்றுள போகமும்
மங்கையர் தம்மோடுங்
கூடி அங்குள குணங்களால் ஏறுண்டு
குலாவிய திரிவேனை
வீடு தந்தென்றன் வெந்தொழில் வீட்டிட
மென்மலர்க் கழல்காட்டி
ஆடு வித்தென தகம்புகுந் தாண்டதோர்
அற்புதம் அறியேனே. *573*

வணங்கும் இப்பிறப் பிறப்பிவை நினையாது
மங்கையர் தம்மோடும்
பிணைந்து வாயிதழ்ப் பொருவெள்ளத்
தழுந்திநான் பித்தனாய்த் திரிவேனைக்
குணங்க ளுங்குறி களுமிலாக் குணக்கடல்
கோமளத் தொடுங்கூடி
அணைந்து வந்தெனை ஆண்டுகொண்
டருளிய அற்புதம் அறியேனே. *574*

இப்பி றப்பினில் இணைமலர் கொய்துநான்
இயல்பொடஞ் செழுத்தோதித்
தப்பி லாதுபொற் கழல்களுக் கிடாதுநான்
தடமுலை யார்தங்கள்
மைப்பு லாங்கண்ணால் ஏறுண்டு
கிடப்பேனை மலரடி யிணைகாட்டி
அப்பன் என்னைவந் தாண்டுகொண் டருளிய
அற்புதம் அறியேனே. *575*

ஊச லாட்டுமிவ் வுடலுயி ராயின இருவினை
அறுத்தென்னை
ஓசையா லுணர் வார்க்குணர் வரியவன்
உணர்வுதந் தொளிவாக்கிப்
பாச மானவை பற்றறுத் துயர்ந்ததன்
பரம்பொருங் கருணையால்
ஆசை தீர்த்தடி யாரடிக் கூட்டிய அற்புதம்
அறியேனே. *576*

பொச்சை யானஇப் பிறவியிற் கிடந்துநான்
புழுத்தலை நாய்போல
இச்சை யாயின ஏழையர்க் கேசெய்தங்
கிணங்கியே திரிவேனை
இச்ச கத்தரி அயனுமெட் டாததன் விரைமலர்க்
கழல்காட்டி
அச்சன் என்னையும் ஆண்டுகொண் டருளிய
அற்புதம் அறியேனே. *577*

செறியும் இப்பிறவிப் பிறப்பிவை நினையாது
செறிகுழலார் செய்யுங்
கிறியுங் கீழ்மையுங் கெண்டையங் கண்களும்
உன்னியே கிடப்பேனை
இறைவன் எம்பிரான் எல்லையில் லாததன்
இணைமலர்க் கழல்காட்டி
அறிவு தந்தெனை ஆண்டுகொண் டருளிய
அற்புதம் அறியேனே. *578*

திருச்சிற்றம்பலம்

42. சென்னிப்பத்து - சிவவிளைவு

(திருப்பெருந்துறையில் அருளியது - ஆசிரிய விருத்தம்)

தேவ தேவன்மெய்ச் சேவகன் தென்பெ
ருந்துறை நாயகன்
மூவ ராலும் அறியொணாமுத லாய ஆனந்த
மூர்த்தியான்
யாவ ராயினும் அன்பரன்றி அறியொ
ணாமலர்ச் சோதியான்
தூயமாமலர்ச் சேவடிக்கண்நம் சென்னி
மன்னிச் சுடருமே. *579*

அட்டமூர்த்தி அழகன்இன்னமு தாய ஆனந்த
வெள்ளத்தான்
சிட்டன் மேயச்சிவ லோகநாயகன் தென்பெ
ருந்துறைச் சேவகன்
மட்டு வார்குழல் மங்கை யாளையோர் பாகம்
வைத்த அழகன்தன்
வட்ட மாமலர்ச் சேவடிக் கண்நம் சென்னி
மன்னி மலருமே. *580*

நங்கை மீரெனை நோக்குமின் நங்கள் நாதன்
நம்பணி கொண்டவன்
தெங்கு சோலைகள் சூழ்பெருந் துறை மேய
சேவகன் நாயகன்
மங்கை மார்கையில் வளையுங்கொண்டெம்
உயிருங் கொண்டெம் பணிகொள்வான்
பொங்கு மாமலர்ச் சேவடிக்கண்நம் சென்னி
மன்னிப் பொலியுமே. *581*

பத்தர் சூழப் பராபரன் பாரில் வந்துபார்ப்
பானெனச்

சித்தர் சூழச் சிவபிரான் தில்லை மூதூர்
நடஞ்செய்வான்
எத்தனாகிவந் தில்புகுந்தெமை ஆளுங்
கொண்டெம் பணிகொள்வான்
வைத்த மாமலர்ச் சேவடிக்கண்நம் சென்னி
மன்னி மலருமே. *582*

மாய வாழ்க்கையை மெய்யென் றெண்ணி
மதித்திடா வகை நல்கியான்
வேய தோளுமை பங்கன் எங்கள் திருப்பெ
ருந்துறை மேவினான்
காயத் துள்ளமு தூறஊறநீ கண்டு
கொள்ளென்று காட்டிய
சேய மாமலர்ச் சேவடிக்கண்நம் சென்னி
மன்னி திகழுமே. *583*

சித்தமே புகுந் தெம்மையாட் கொண்டு
தீவினை கெடுந் துய்யலாம்
பத்தி தந்துதன் பொறக்கழற்கணே பன்மலர்
கொய்து சேர்த்தலும்
முத்தி தந்திந்த மூவுலகுக்கும் அப்பு றத்தெமை
வைத்திடும்
அத்தன் மாமலர்ச் சேவடிக்கண்நம் சென்னி
மன்னி மலருமே. *584*

பிறவி யென்னுமிக் கடலைநீந் தத்தன்
பேரருள்தந் தருளினான்
அறவை யென்றடி யார்கள் தங்கள் அருட்கு
ழாம்புக விட்டுநல்
உறவு செய்தெனை உய்யக்கொண்ட
பிரான்தன் உண்மைப் பெருக்கமாம்
திறமை காட்டிய சேவடிக்கண்நம் சென்னி
மன்னி திகழுமே. *585*

புழுவி னாற்பொதிந் திடுகுரம்பையிற் பொய்
தனையொழி வித்திடும்
எழில்கொள் சோதியெம் ஈசன்எம்பிரான்
என்னு டையப்பன் என்றென்று
தொழுத கையின ராகித் துய்மலர்க் கண்கள்
நீர்மல்குந் தொண்டர்க்கு
வழுவி லாமலர்ச் சேவடிக்கண்நம் சென்னி
மன்னி மலருமே. *586*

வம்ப னாய்த்திரி வேனைவாவென்று வல்வி
னைப்பகை மாய்த்திடும்
உம்ப ரான்உல கூடறுத்தப் புறத்தனாய் நின்ற
எம்பிரான்
அன்பரானவர்க்கருளி மெய்யடி யார்கட்
கின்பந் தழைந்திடுஞ்
செம்பொன் மாமலர்ச் சேவடிக்கண்நம்
சென்னி மன்னி திகழுமே. *587*

முத்த னைமுதற் சோதியைமுக்கண்
அப்பனை முதல் வித்தனைச்
சித்த னைச்சிவ லோகனைத்திரு நாமம்பாடித்
திரிதரும்
பத்தர் காள்இங்கே வம்மின்நீர் உங்கள்
பாசந்தீரப் பணியினோ
சித்த மார்தருஞ் சேவடிக்கண்நம் சென்னி
மன்னி திகழுமே. *588*

திருச்சிற்றம்பலம்

43. திருவார்த்தை - அறிவித் தன்புறுத்தல்

(திருப்பெருந்துறையில் அருளியது -
அறுசீர்க் கழிநெடிலடி ஆசிரிய விருத்தம்)

மாதிவர் பாகன் மறைபயின்ற வாசகன்
மாமலர் மேயசோதி
கோதில் பரங்கருணையடியார் குலாவுநீதி
குண மாகநல்கும்
போதலர் சோலைப் பெருந்துறையெம்
புண்ணியன் மண்ணிடை வந்திழிந்து
ஆதிப் பிரமம் வெளிப்படுத்த அருளறி வார்
எம்பிரானாவாரே. *589*

மாலயன் வானவர் கோனும்வந்து வணங்க
அவர்க்கருள் செய்தஈசன்
ஞாலம் அதனிடை வந்திழிந்து நன்னெறி
காட்டி நலம்திகழும்
கோல மணியணி மாடநீடு குலாவு மிடைவை
மடநல்லாட்குச்
சீல மிகக்கரு ணையளிக்குந் திறமறி வார்எம்
பிரானாவாரே. *590*

அணிமுடி ஆதி அமரர்கோமான் ஆனந்தக்
கூத்தன் அறுசமயம்
பணிவகை செய்து படவதேறிப் பாரொடு
விண்ணும் பரவியேத்தப்
பிணிகெடநல்கும் பெருந்துறையெம் பேரரு
ளாளன்பெண் பாலுகந்து
மணிவலை கொண்டுவான் மீன்விசிறும்
வகையறிவார் எம்பிரானாவாரே. *591*

வேடுரு வாகி மகேந்திரத்து மிகுகுறை

வானவர் வந்துதன்னைத்
தேட இருந்த சிவபெருமான் சித்தனை
செய்தடி யோங்களுய்ய
ஆடல் அமர்ந்த பரிமாஎறி ஐயன் பெருந்துறை
ஆதிஅந்நாள்
ஏடர் களையெங்கும் ஆண்டுகொண்ட
இயல்பறி வார்எம் பிரானாவாரே. *592*

வந்திமை யோர்கள் வணங்கியேத்த மாக்கரு
ணைக்கட லாய்அடியார்
பந்தனை விண்டற நல்கும்எங்கள் பரமன்
பெருந்துறை ஆதி அந்நாள்
உந்து திரைக்கட லைக்கடந்தன் றோங்கு
மதிலிலங்கை அதினிற்
பந்தணை மெல்விர லாட்கருளும் பரிசளி
வார்எம் பிரானாவாரே. *593*

வேவத் திரிபுரஞ் செற்றவில்லி
வேடுவனாய்க்கடி நாய்கள்சூழ
ஏவற் செயல்செய்யுந் தேவர்முன்னே
எம்பெருமான்தான் இயங்கு காட்டில்
ஏவுண்ட பன்றிக் கிரங்கியீசன் எந்தை
பெருந்துறை ஆதியன்று
கேவலங் கேழலாய்ப் பால்கொடுத்த கிடப்பறி
வார்எம் பிரானாவாரே. *594*

நாதம் உடையதோர் நற்கமலப் போதினில்
நண்ணிய நன்னுதலார்
ஓதிப் பணிந்திலர் தூவியேத்த ஒளிவளர்
சோதியெம் ஈசன் மன்னும்
போதலர் சோலைப் பெருந்துறையெம்
புண்ணியன் மண்ணிடை வந்து தோன்றிப்
பேதங் கெடுத்தருள் செய்பெருமை அறியவல்

லார்எம் பிரானாவாரே. *595*

பூவலர் கொன்றையும் மாலைமார்பன்
போருகிர் வன்புலி கொன்றவீரன்
மாதுநல் லாளுமை மங்கைபங்கன்
வன்பொழில் சூழ்தென் பெருந்துறைக்கோன்
ஏதில் பெரும்புகழ் எங்கள்ஈசன் இருங்கடல்
வாணாற்குத் தீயில்தோன்றும்
ஓவிய மங்கையர் தோள்புணரும் உருவறி
வார்எம் பிரானாவாரே. *596*

தூவெள்ளை நீறணி எம்பெருமான் சோதி
மகேந்திர நாதன்வந்து
தேவர் தொழும்பதம் வைத்தஈசன் தென்னன்
பெருந்துறை ஆளிஅன்று
காதல் பெருகக் கருணைகாட்டித் தன்கழல்
காட்டிக் கசிந்துருகக்
கேதங் கெடுத்தென்னை ஆண்டருளும்
கிடப்பறி வார்எம் பிரானாவாரே. *597*

அங்கணன் எங்கள் அமரர்பெம்மான்
அடியார்க் கமுதன் அவனிவந்த
எங்கள் பிரான்இரும் பாசந்தீர இகபரம்
ஆயதோர் இன்பமெய்தச்
சங்கங் கவரந்நதுவண் சாத்தினோடுஞ் சதுரன்
பெருந்துறை ஆளிஅன்று
மங்கையர் மல்கும் மதுரைசேர்ந்த வகையறி
வார்எம் பிரானாவாரே. *598*

திருச்சிற்றம்பலம்

44. எண்ணப்பதிகம் - ஒழியா இன்பத்துவகை

(தில்லையில் அருளியது - எழுசீர்க் கழிநெடிலடி ஆசிரிய விருத்தம்)

பாருரு வாய பிறப்பறவேண்டும் பத்திமை யும்பெற வேண்டும்
சீருரு வாய சிவபெரு மானே செங் கமல மலர்போல்
ஆருரு வாயஎன் னார முதேஉன் அடியவர் தொகை நடுவே
ஓருருவாய நின் திருவருள் காட்டி என்னையும் உய்யக்கொண் டருளே. *599*

உரியேன் அல்லேன் உனக் கடிமை உன்னைப் பிரிந்திங் கொருபொழுதும்
தரியேன் நாயேன் இன்னதென்று அறியேன் சங்கரா கருணையினாற்
பெரியோன் ஒருவன் கண்டுகொள் என்றுன் பெய்கழல் அடிகாட்டிப்
பிரியேன் என்றென் றருளிய அருளும் பொய்யோ எங்கள் பெருமானே. *600*

என்பே உருகநின் அருள்அளித்துன் இணைமலர் அடி காட்டி
முன்பே என்னை ஆண்டுகொண்ட முனிவர் முனிவர் முழுமுதலே
இன்பே அருளி எனையுருக்கி உயிருண் கின்ற எம்மானே
நண்பே யருளாய் என்னுயிர் நாதா நின்னருள் நாணாமே *601*

பத்தில னேனும் பணிந்தில னேனும்உன்

உயர்ந்தபைங் கழல் காணப்
பித்தில னேனும் பிதற்றில னேனும்
பிறப்பறுப்பாய எம்பெருமானே
முத்தனை யானே மணியனை யானே முதல்வ
னேமுறை யோஎன்று
எத்தனை யானும் யான்தொடர்ந் துன்னை
இனிப்பிரிந் தாற்றேனே. *602*

காணும தொழிந்தேன் நின்திருப் பாதம்
கண்டு கண் களிகூரப்
பேணும தொழிந்தேன் பிதற்றும தொழிந்தேன்
பின்னைஎம் பெருமானே
தாணுவே அழிந்தேன் நின்னினைந் துருகுந்
தன்மைஎன் புன்மைகளால்
காணும தொழிந்தேன் நீயினி வரினுங்
காணவும் நாணுவனே. *603*

பாற்றிரு நீற்றெம் பரமனைப் பரங்கரு
ணையோடு எதிர்த்து
தோற்றிமெய் யடியார்க் கருட்டுறை யளிக்குஞ்
சோதியை நீதி யிலேன்
போற்றியென் அமுதே என நினைந் தேத்திப்
புகழ்ந்தழைத் தலறியென் னுள்ளே
ஆற்றுவனாக உடையவ னேஎனை ஆவஎன்
றருளாயே. *604*

திருச்சிற்றம்பலம்

45. யாத்திரைப் பத்து - அனுபவ அதீதம் உரைத்தல்

(தில்லையில் அருளியது - அறுசீர் கழிநெடிலடி ஆசிரிய விருத்தம்)

பூவார் சென்னி மன்னனெம் புயங்கப்
பெருமான் சிறியோமை
ஓவா துள்ளம் கலந்துணர்வாய் உருக்கும்
வெள்ளக் கருணையினால்
ஆவா என்னப் பட்டன் பாய் ஆட்பட் டீர்வந்
தொருப்படுமிள்
போவோங் காலம் வந்ததுகாண் பொய்விட்
டுடையான் கழல்புகவே. *605*

புகவே வேண்டா புலன்களில்நீர் புயங்கப்
பெருமான் பூங்கழல்கள்
மிகவே நினைமின் மிக்கவெல்லாம் வேண்டா
போக விடுமின்கள்
நகவே ஞாலத் துள்புகுந்து நாயே அனைய
நமையாண்ட
தகவே யுடையான் தனைச்சாரத் தளரா
திருப்பார் தாந்தாமே. *606*

தாமே தமக்குச் சுற்றமும் தாமே தமக்கு
விதிவகையும்
யாமார் எமதார் பாசமார் என்னமாயம்
இவைபோகக்
கோமான் பண்டைத் தொண்டரோடும்
அவன்தன் குறிப்பே குறிக்கொண்டு
போமா றமைமின் பொய்நீக்கப் புயங்கன்
ஆள்வான் பொன்னடிக்கே. *607*

அடியார் ஆனீர் எல்லீரும் அகல விடுமின்

விளையாட்டைக்
கடிசே ரடியே வந்தடைந்து கடைக்கொண்
டிருமின் திருக்குறிப்பைச்
செடிசே ருடைலச் செலநீக்கிச் சிவலோகத்தே
நமைவைப்பான்
பொடிசேர் மேனிப் புயங்கன்தன் பூவார்
கழற்கே புகவிடுமே. *608*

விடுமின் வெகுளி வேட்கைநோய் மிகவோர்
காலம் இனியில்லை
உடையான் அடிக்கீழ்ப் பெருஞ்சாத்தோடு
உடன்போ வதற்கே ஒருப் படுமின்
அடைவோம் நாம்போய்ச் சிவபுரத்துள்
அணியார் கதவ தடையாமே
புடைபட்டுருகிப் போற்றுவோம் புயங்கள்
ஆள்வான் புகழ்களையே. *609*

புகழ்மின் தொழுமின் பூப்புனைமின் புயங்கன்
தானே புந்திவைத்திட்டு
இகழ்மின் எல்லா அல்லலையும் இனியோர்
இடையூ றடையாமே
திகழுஞ் சீரார் சிவபுரத்துச் சென்று சிவன்தாள்
வணங்கிநாம்
நிகழும் அடியார் முன்சென்று நெஞ்சம் உருகி
நிற்போமே. *610*

நிற்பார் நிற்கநில் லாவுலகில் நில்லோம்
இனிநாம் செல்வோமே
பொற்பால் ஒப்பாந் திருமேனிப் புயங்கன்
ஆவான் பொன்னடிக்கே
நிற்பீர் எல்லாந் தாழாதே நிற்கும் பரிசே
ஒருப்படுமின்
பிற்பால் நின்று பேழ்கணித்தாற் பெறுதற்

கரியன் பெருமானே. *611*

பெருமான் பேரானந்தத்துப் பிரியா திருக்கப்
பெற்றீர்காள்
அருமா லுற்றிப் பின்னைநீர் அம்மா அழுங்கி
அரற்றாதே
திருமா மணிசேர் திருக்கதவங் திறந்தபோதே
சிவபுரத்துச்
திருமா லறியாத் திருப்புயங்கன் திருத்தாள்
சென்று சேர்வோமே. *612*

சேரக் கருகிச் சிந்தனையைத் திருந்த
வைத்துச் சிந்திமின்
போரிற் பொலியும் வேற்கண்ணாள் பங்கன்
புயங்கன் அருளமுதம்
ஆரப் பருகி ஆராத ஆர்வங்கூர அழுந்துவீர்
போரப் புரிமின் சிவன்கழற்கே பொய்யிற்
கிடந்து புரளாதே. *613*

புரள்வார் தொழுவார் புகழ்வாராய் இன்றே
வந்தான் ஆகாதீர்
மருள்வீர் பின்னை மதிப்பாரார் மதியுட்
கலங்கி மயங்குவீர்
தெருள்வீராகில் இதுசெய்ம்மின் சிவலோ
கக்கோன் திருப்புயங்கன்
அருளார் பெறுவார் அகலிடத்தே அந்தோ
அந்தோ அந்தோவே. *614*

திருச்சிற்றம்பலம்

46. திருப்படை எழுச்சி - பிரபஞ்சப் போர்
(தில்லையில் அருளியது - கலிவிருத்தம்)

ஞானவாள் ஏந்தும்ஐயர் நாதப் பறையறைமின்
மானமா ஏறும்ஐயர் பதிவெண் குடைகவிமின்
ஆனநீற் றுக்கவசம் அடையப் புகுமின்கள்
வானவூர் கொள்வோம்நாம் மாயப்படை
வாராமே. *615*

தொண்டர்காள் தூசிசெல்லீர் பக்தர்காள்
சூழப்போகீர்
ஒண்திறல் யோகிகளே பேரணி உந்தீர்கள்
திண்திறல் சித்தர்களே கடைக்கூழை
செல்மின்கள்
அண்டர்நா டாள்வோம் நாம் அல்லற்படை
வாராமே. *616*

திருச்சிற்றம்பலம்

47. திருவெண்பா - அணைந்தோர் தன்மை

(திருப்பெருந்துறையில் அருளியது - நேரிசை வெண்பா)

வெய்ய வினையிரண்டும் வெந்தகல
மெய்யுருகிப்
பொய்யும் பொடியாகா தென்செய்கேன்
செய்ய
திருவார் பெருந்துறையான் தேனுந்து செந்தீ
மருவா திருந்தேன் மனத்து. *617*

ஆர்க்கோ அரற்றுகோ ஆடுகோ பாடுகோ
பார்க்கோ பரம்பரனே என்செய்தேன்
தீர்ப்பரிய
ஆனந்த மாலேற்றும் அத்தன்
பெருந்துறையான்
தானென்பர் ஆரொருவர் தாழ்ந்து. *618*

செய்த பிழையறியேன் சேவடியே
கைதொழுதே
உய்யும் வகையின் உயிர்ப்பறியேன் வையத்
திருந்துறையுள் வேல்மடுத்தன் சிந்தனைக்கே
கோத்தான்
பெருந்துறையில் மேய பிரான். *619*

முன்னை வினையிரண்டும் வேரறுத்து
முன்னின்றான்
பின்னைப் பிறப்பறுக்கும் பேராளன் தென்னன்
பெருந்துறையில் மேய பெருங்கருணை
யாளன்
வருந்துயரந் தீர்க்கும் மருந்து. *620*

அறையோ அறிவார்க் கனைத்துலகும் ஈன்ற
மறையோனும் மாலுமால் கொள்ளும்
இறையோன்
பெருந்துறையும் மேய பெருமான் பிரியா
திருந்துறையும் என்னெஞ்சத் தின்று. *621*

பித்தென்னை ஏற்றும் பிறப்பறுக்கும்
பேச்சரிதாம்
மத்தமே யாக்கும் வந்தென்மனத்தை அத்தன்
பெருந்துறையாள் ஆட்கொண்டு பேரருளால்
நோக்கும்
மருந்திறவாப் பேரின்பம் வந்து. *622*

வாரா வழியருளி வந்தெனக்கு மாறின்றி
ஆரா அமுதாய் அமைந்தன்றே சீரார்
திருத்தென் பெருந்துறையான் என்சிந்தை
மேய
ஒருத்தன் பெருக்கும் ஒளி. *623*

யாவார்க்கும் மேலாம் அளவிலாச்
சீருடையான்
யாவர்க்கும் கீழாம் அடியேனை யாவரும்
பெற்றறியா இன்பத்துள் வைத்தாய்க்கென்
எம்பெருமான்
மற்றறியேன் செய்யும் வகை. *624*

மூவரும் முப்பத்து மூவரும் மற்றொழிந்த
தேவரும் காணாச் சிவபெருமான் மாவேறி
வையகத்தே வந்திழிந்த வார்கழல்கள்
வந்திக்க
மெய்யகத்தே இன்பம் மிகும். *625*

இருந்தென்னை ஆண்டான் இணையடியே

சிந்தித்
திருந்திரந்து கொள்நெஞ்சே எல்லாம்
தருங்காண்
பெருந்துறையின் மேய பெருங்கருணை
யாளன்
மருந்துருவாய் என்மனத்தே வந்து. *626*

இன்பம் பெருக்கி இருளகற்றி எஞ்ஞான்றும்
துன்பந் தொடர்வறுத்துச் சோதியாய்
அன்பமைத்துச்
சீரார் பெருந்துறையான் என்னுடைய
சிந்தையே
ஊராகக் கொண்டான் உவந்து. *627*

திருச்சிற்றம்பலம்

48. பண்டாய நான்மறை - அனுபவத்து ஐயமின்மை உரைத்தல்

(திருப்பெருந்துறையில் அருளியது - நேரிசை வெண்பா)

பண்டாய நான்மறையும் பாலணுகா
மாலயனுங்
கண்டாரு மில்லை கடையேனைத்
தொண்டாகக்
கொண்டருளுங் கோகழிஎங் கோமாற்கு
நெஞ்சமே
உண்டாமோ கைம்மா றுரை. *628*

உள்ள மலமூன்றும்மாய உகுபெருந்தேன்
வெள்ளந் தரும்பரியின் மேல்வந்து வள்ளல்
மருவும் பெருந்துறையை வாழ்த்துமின்காள்
வாழ்த்தக்
கருவுங் கெடும்பிறவிக் காடு. *629*

காட்டகத்து வேடன் கடலில் வலைவாணன்
நாட்டிற் பரிப்பாகன் நம்வினையை வீட்டி
அருளும் பெருந்துறையான் அங்கமல பாதம்
மருளுங் கெடநெஞ்சே வாழ்த்து. *630*

வாழ்ந்தார்கள் ஆவாரும் வல்வினையை
மாய்ப்பாருந்
தாழ்ந்துலகம் ஏத்தத் தகுவாருஞ் சூழ்ந்தமரர்
சென்றிறைஞ்சி ஏத்தும் திருவார்
பெருந்துறையை
நன்றிறைஞ்சி ஏத்தும் நமர். *631*

நண்ணிப் பெருந்துறையை நம்மிடர்கள்
போயகல

எண்ணி எழுகோ கழிக்கரசைப்-பண்ணின்
மொழியாளோ டுத்தர கோசமங்கை மன்னிக்
கழியா திருந்தவனைக் காண். *632*

காணுங் கரணங்கள் எல்லாம்பே ரின்பமெனப்
பேணும் அடியார் பிறப்பகலக் காணும்
பெரியானை நெஞ்சே பெருந்துறையில்
என்றும்
பிரியானை வாயாரப் பேசு. *633*

பேசும் பொருளுக் கிலக்கிதமாய்ப் பேச்சிறந்த
மாசில் மணியின் மணிவார்த்தை பேசிப்
பெருந்துறையே என்று பிறப்பறுத்தேன் நல்ல
மருந்தினடி என்மனத்தே வைத்து. *634*

திருச்சிற்றம்பலம்

49. திருப்படை ஆட்சி - சீவஉபாதி ஒழிதல்

(தில்லையில் அருளியது -சிவ உபாதி
ஒழித்தல் -
பன்னிரு சீர்க்கழிநெடிலடி ஆசிரிய விருத்தம்)

கண்களிரண்டும் அவன்கழல் கண்டு
களிப்பன ஆகாதே
காரிகை யார்கள்தம் வாழ்விலென் வாழ்வு
கடைப்படும் ஆகாதே
மண்களில் வந்து பிறந்திடு மாறி மறந்திடும்
ஆகாதே
மாலறி யாமலர்ப் பாதம் இரண்டும்
வணங்குதும் ஆகாதே
பண்களி கூர்தரு பாடலொ டாடல் பயின்றிடும்
ஆகாதே
பாண்டிநன்னாடுடை யான்படை யாட்சிகள்
பாடுதும் ஆகாதே
விண்களி கூர்வதோர் வேதகம்
வந்துவெளிப்படும் ஆகாதே
மீன்வலை வீசிய கானவன் வந்து வெளிப்படும்
ஆயிடிலே. *635*

ஒன்றினொ டொன்றுமோ ரைந்தினொ
டைந்தும் உயிர்ப்பது மாகாதே
கன்றை நினைந்தெழு தாயென வந்த
கணக்கது வாகாதே
காரணமாகும் அனாதி குணங்கள் கருத்தறு
மாகாதே
நன்றிது தீதென வந்த நடுக்கம் நடந்தன
வாகாதே
நாமுமெ லாமடி யாருட னேசெல நண்ணினு
மாகாதே
என்றுமென் அன்பு நிறைந்த பராவமு

தெய்துவ தாகாதே
ஏறுடை யான்எனை ஆளுடை நாயகன்
என்னுள் புகுந்திடிலே. *636*

பந்த விகார குணங்கள் பறிந்து மறிந்திடு
மாகாதே
பாவனை யாய கருத்தினில் வந்த பராவமு
தாகாதே
அந்த மிலாத அகண்டமும் நம்முள் அகப்படு
மாகாதே
ஆதி முதற்பா மாய பரஞ்சுடர் அண்ணுவ
தாகாதே
செந்துவர் வாய்மட வாரிட ரானவை சிந்திடு
மாகாதே
சேலன கண்கள் அவன்திரு மேனி திளைப்பன
வாகாதே
இந்திர ஞால இடர்ப்பிற வித்துய ரேகுவ
தாகாதே
என்னுடைய நாயக னாகியஈசன் எதிர்ப்படு
மாயிடிலே. *637*

என்னணி யார்முலை ஆகம் அளைந்துடன்
இன்புறு மாகாதே
எல்லையில் மாக்கரு ணைக்கடல் இன்றினி
தாடுது மாகாதே
நன்மணி நாதம் முழங்கியென் உள்ளுற
நண்ணுவ தாகாதே
நாதன் அணித்திரு நீற்றினை நித்தலும்
நண்ணுவ தாகாதே
மன்னிய அன்பரில் என்பணி முந்துற வைகுவ
தாகாதே
மாமறை யும் அறியாமலர்ப் பாதம் வணங்குது
மாகாதே

இன்னியற் செங்கழு நீர்மலர் என்தலை
எய்துவ தாகாதே
என்னை யுடைப்பெரு மான் அருள் ஈசன்
எழுந்தரு ளப்பே றிலே. *638*

மண்ணினில் மாயை மதித்து வகுத்த மயக்கறு
மாகாதே
வானவ ரும்அறி யாமலர்ப் பாதம் வணங்குது
மாகாதே
கண்ணிலி காலம் அனைத்திலும் வந்த
கலக்கறு மாகாதே
காதல்செயும் அடியார்மனம் இன்று களித்திடு
மாகாதே
பெண்ணலி ஆணென நாமௌ வந்த
பிணக்கறு மாகாதே
பேரறி யாத அனேக பவங்கள் பிழைத்தன
ஆகாதே
எண்ணிலி யாகிய சித்திகள் வந்தெனை
எய்துவ தாகாதே
என்னையுடைப் பெருமான் அருள் ஈசன்
எழுந்தருளப் பெறிலே. *639*

பொன்னிய லுந்திரு மேனிவெண் ணீறு
பொலிந்திடு மாகாதே
பூமழை மாதவர் கைகள் குவிந்து பொழிந்திடு
மாகாதே
மின்னியல் நுண்ணிடை யார்கள் கருத்து
வெளிப்படுமாகாதே
வீணை முரன்றெழும் ஓசையில் இன்பம்
மிகுத்திடு மாகாதே
தன்னடி யாரடி என்தலை மீது தழைப்பன
ஆகாதே
தானடி யோம் உடனேயுயவந் தலைப்படு

மாகாதே
இன்னியம் எங்கும் நிறைந்தினி தாக
இயம்பிடு மாகாதே
என்னைமுன் ஆளுடை ஈசன்என் அத்தன்
எழுந்தரு ளப்பெறிலே. *640*

சொல்லிய லாதெழு தூமணி யோசை
சுவைதரு மாகாதே
துண்ணென என்னுளம் மன்னியசோதி
தொடர்ந்தெழு மாகாதே
பல்லியல் பாயப் பரப்பற வந்த பராபர
மாகாதே
பண்டறி யாதப ரானுப வங்கள் பரந்தெழு
மாகாதே
வில்லியல் நன்னுத லார்மயல் இன்று
விளைந்திடு மாகாதே
விண்ணவரும் அறியாத விழுப்பொருள்
இப்பொரு ளாகாதே
எல்லையி லாதன எண்குண மானவை எய்திடு
மாகாதே
இந்து சிகாமணி எங்களை ஆள எழுந்திரு ளப்
பெறிலே. *641*

சங்கு திரண்டு முரன்றெழும் ஓசை தழைப்பன
ஆகாதே
சாதிவி டாதகுணங்கள் நம்மோடு சலித்திடு
மாகாதே
அங்கிது நன்றிது நன்றெனு மாயை அடங்கிடு
மாகாதே
ஆசைஎலாம் அடியாரடியோய் எனும்
அத்தனை யாகாதே
செங்கயல் ஒண்கண்மடந்தையர் சிந்தை
திளைப்பன ஆகாதே

சீரடியார்கள் சிவானுப வங்கள் தெரித்திடு
மாகாதே
எங்கும் நிறைந்தமு தூறு பரஞ்சுடர் எய்துவ
தாகாதே
ஈற்றி யாமறை யோன் எனைஆள எழுந்தரு
ளப் பெறிலே. *642*

திருச்சிற்றம்பலம்

50. ஆனந்தமாலை - சிவானுபவ விருப்பம்

(தில்லையில் அருளியது - சிவானுபவ விருத்தம் -
அறுசீர்க் கழிநெடிலடி ஆசிரிய விருத்தம்)

மின்னே ரனைய பூங்கழல்கள் அடைந்தார் கடந்தார் வியனுலகம்
பொன்னே ரனைய மலர்கொண்டு போற்றா நின்றார் அமரரெல்லாம்
கல் நேரனைய மனக்கடையாய்க் கழிப்புண் டவலக் கடல்வீழ்ந்த
என்னே ரனையேன் இனியுன்னைக் கூடும் வண்ணம் இயம்பாவே. *643*

என்னால் அறியாப் பதம்தந்தாய் யான தறியா தேகெட்டேன்
உன்னால் ஒன்றுங் குறைவில்லை உடையாய் அடிமைக் காரென்பேன்
பன்னாள் உன்னைப் பணிந்தேத்தும் பழைய அடியா ரொடுங்கூடா
தென்நா யகமே பிற்பட்டிங் கிருந்தென் நோய்க்கு விருந்தாயே. *644*

சீல மின்றி நோன்பின்றிச் செறிவே யின்றி அறிவின்றித்
தோலின் பாவைக் கூத்தாட்டாய்ச் சுழன்று விழுந்து கிடப்பேனை
மாலுங் காட்டி வழிகாட்டி வாரா உலக நெறியேறக்
கோலங் காட்டி ஆண்டானைக் கொடியேன் என்றோ கூடுவதே. *645*

கெடுவென் கெடுமா கெடுகின்றேன் கேடி

லாதாய் பழிகொண்டாய்
படுவேன் படுவ தெல்லாம்நான் பட்டாற்
பின்னைப் பயனென்னே
கொடுமா நரகத் தழுந்தாமே காத்தாட்
கொள்ளுங் குருமணியே
நடுவாய் நில்லா தொழிந்தக்கால் நன்றோ
எங்கள் நாயகமே. *646*

தாயாய் முலையைத் தருவானே தாரா
தொழிந்தாற் சவலையாய்
நாயேன் கழிந்து போவேனோ நம்பி
யினித்தான் நல்குதியே
தாயே யென்றுன் தாளடைந்தேன் தயாநீ
என்பால் இல்லையே
நாயேன் அடிமை உடனாக ஆண்டாய்
நான்தான் வேண்டாவோ. *647*

கோவே யருள வேண்டாவோ கொடியேன்
கெடவே அமையுமே
ஆவா வென்னா விடிலென்னை அஞ்சேல்
என்பார் ஆரோதான்
சாவா ரெல்லாம் என்னளவோ தக்க வாறன்
றென்னாரோ
தேவே தில்லை நடமாடீ திகைத்தேன்
இனித்தான் தேற்றாயே. *648*

நரியைக் குதிரைப் பரியாக்கி ஞால மெல்லாம்
நிகழ்வித்துப்
பெரிய தென்னன் மதுரையெல்லாம் பிச்ச
தேற்றும் பெருந்துறையாய்
அரிய பொருளே அவிநாசி அப்பா பாண்டி
வெள்ளமே
தெரிய அரிய பரஞ்சோதி செய்வ தொன்றும்

அறியேனே. *649*

திருச்சிற்றம்பலம்

51. அச்சோப் பதிகம் - அனுபவவழி அறியாமை

(தில்லையில் அருளியது)

முத்திநெறி அறியாத மூர்க்கரொடு
முயல்வேனைப்
பத்திநெறி அறிவித்துப் பழவினைகள்
பாறும்வண்ணம்
சித்தமலம் அறுவித்துச் சிவமாக்கி
எனைஆண்ட
அத்தனெனக் கருளியவா றார்பெறுவார்
அச்சோவே. *650*

நெறியல்லா நெறிதன்னை நெறியாக
நினைவேனைச்
சிறுநெறிகள் சேராமே திருவருளே
சேரும்வண்ணம்
குறியொன்றும் இல்லாத கூத்தன்தன்
கூத்தையெனக்கு
அறியும்வண்ணம் அருளியவா றார்பெறுவார்
அச்சோவே. *651*

பொய்யெல்லாம் மெய்யென்று
புணர்முலையார் போகத்தே
மையலுறக் கடவேனை மாளாமே காத்தருளித்
தையலிடங் கொண்டபிரான் தன்கழலே
சேரும்வண்ணம்
ஐயன்எனக் கருளியவா றார்பெறுவார்
அச்சோவே. *652*

மண்ணதனிற் பிறந்தெய்த்து மாண்டுவிழக்
கடவேனை
எண்ணமிலா அன்பருளி எனையாண்டிட்

டென்னையுந்தன்
கண்ணவெண்ணீ றணிவித்துத் தூய்நெறியே
சேரும்வண்ணம்
அண்ணல்எனக் கருளியவா றார்வபெறுவார்
அச்சோவே. *653*

பஞ்சாய அடிமடவார் கடைக்கண்ணால்
இடர்ப்பட்டு
நெஞ்சாய துயர்கூர நிற்பேன்உன்
அருள்பெற்றேன்
உய்ஞ்சேன்நான் உடையானே அடியேனை
வருகஎன்று
அஞ்சேல்என் றருளியவா றார்பெறுவார்
அச்சோவே. *654*

வெந்துவிழும் உடற்பிறவி மெய்யென்று
வினைபெருக்கிக்
கொந்துகுழல் கோல்வளையார்
குவிமுலைமேல் வீழ்வேனைப்
பந்தமறுத் தெனையாண்டு பரிசறஎன்
துரிசுமறுத்து
அந்தமெனக் கருளியவா றார்பெறுவார்
அச்சோவே. *655*

தையலார் மையலிலே தாழ்ந்துவிழக்
கடவேனைப்
பையவே கொடுபோந்து பாசமெனுந்
தாழுருவி
உய்யும்நெறி காட்டுவித்திட் டோ ங்காரத்
துட்பொருளை
ஐயன்எனக் கருளியவா றார்பெறுவார்
அச்சோவே. *656*

சாதல்பிறப் பென்னுந் தடஞ்சுழியில்
தடுமாறிக்
காதலின்மிக் கணியிழையார் கலவியிலே
விழுவேனை
மாதொருகூ றுடையபிரான் தன்கழலே
சேரும்வண்ணம்
ஆதியெனக் கருளியவா றார்பெறுவார்
அச்சோவே. *657*

செம்மைநலம் அறியாத சிதடரொடுந்
திரிவேனை
மும்மைமலம் அறுவித்து முதலாய
முதல்வன்தான்
நம்மையும்ஓர் பொருளாக்கி நாய்சிவிகை
ஏற்றுவித்த
அம்மையெனக் கருளியவா றார்பெறுவார்
அச்சோவே. *658*

செத்திடமும் பிறந்திடமு மினிச்சாவா
திருந்திடமும்
அத்தனையு மறியாதார் அறியுமறி
வெவ்வறிவோ
ஒத்தநில மொத்தபொருள் ஒருபொருளாய்
பெரும்பயனை
அத்ததெனக் கருளியவா றார்பெறுவா
ரச்சோவே. *659*

படியதினிற் கிடந்திந்தப் பசு பாசந்
தவிர்ந்துவிடும்
குடிமையிலே திறிந் தடியேன் கும்பியிலே
விழாவண்ணம்
நெடியவனும் நான்முகனும் நீர்கான்றுங்
காணவொண்ணா

அடிகளெனக் கருளியவா றார்பெறுவா
ரச்சாவே. *660*

பாதியெனு மிரவுதங்கிப் பகலெமக்கெ
யிரைதேடி
வேதனையி லகப்பட்டு வெந்துவிழக்
கடவேனை
சாதிகுலம் பிறப்பறுத்துச் சகமறிய
வெனையாண்ட
ஆதியெனுக் கருளியவா றார்பெறுவா
ரச்சாவே. *661*

திருச்சிற்றம்பலம்

திருவாசகம் முற்றிற்று

பின்வுரை

திருவாசகம் என்பது காலத்தையும், எல்லைகளையும் தாண்டி நிலைத்திருக்கும் ஆன்மிகச் செல்வமாகும். இந்நூல் பல நூற்றாண்டுகளாக பக்தர்களின் இதயத்தில் ஒளிவீசி வருகிறது.

மாணிக்கவாசகர் அவர்கள் தமது வாழ்க்கையில் அனுபவித்த இறைஅனுபவங்களை எளிய தமிழில் வெளிப்படுத்தியதன் மூலம், ஒவ்வொரு மனிதனுக்கும் இறைவனை அணுகும் வழியை திறந்து வைத்துள்ளார்.

இன்றைய வேகமான உலக வாழ்க்கையிலும், திருவாசகத்தின் பாடல்கள் மன அமைதியை அளிக்கின்றன. அது மனிதனை உள்ளார்ந்த சிந்தனைக்குத் தூண்டி, வாழ்க்கையின் உண்மைப் பொருளை உணரச் செய்கிறது.

இந்த நூலை வாசிப்பது ஒரு ஆன்மிகப் பயணம் போலாகும். ஒவ்வொரு முறையும் வாசிக்கும் போது புதிய அர்த்தங்களும், புதிய உணர்வுகளும் வெளிப்படும்.

இந்த பதிப்பு வாசகர்களுக்கு திருவாசகத்தின் ஆன்மிக செல்வத்தை அருகில் கொண்டு வர ஒரு சிறிய முயற்சியாகும். இது உங்கள் வாழ்க்கையில் அமைதி, பக்தி, மற்றும் ஆனந்தத்தை வளர்க்கும் என்று நாங்கள் நம்புகிறோம்

www.ingramcontent.com/pod-product-compliance
Lightning Source LLC
LaVergne TN
LVHW060438051026
849518LV00002B/520
* 9 7 8 9 3 4 8 5 8 4 4 3 4 *